പുസ്തകം 6

ഇടപ്പള്ളി രാഘവൻപിള്ള

edappalli raghavanpilla

•

dr. m gangadevi

•

first edition
june 2015

•

published
chintha publishers, thiruvananthapuram

•

typesetting
star communications, thiruvananthapuram

•

•

cover
ambeesh

•

വിതരണം

ദേശാഭിമാനി ബുക്ക് ഹൗസ്

H O തിരുവനന്തപുരം–695 035
phone: 0471-2303026, 6063026
www.chinthapublishers.com
chinthapublishers@gmail.com

ബ്രാഞ്ചുകൾ

ഹെഡ്ഡാഫീസ് ബ്രാഞ്ച് കുന്നുകുഴി • സ്റ്റാച്യു തിരുവനന്തപുരം • കെ എസ് ആർ ടി സി ബസ് സ്റ്റേഷൻ ആലപ്പുഴ • കെ എസ് ആർ ടി സി ബസ് സ്റ്റേഷൻ എറണാകുളം • ചിറ്റൂർ റോഡ് എറണാകുളം • മച്ചിങ്ങൽ ലെയ്ൻ തൃശൂർ • ഐ ജി റോഡ് കോഴിക്കോട് • മാവൂർ റോഡ് കോഴിക്കോട് • എൻ ജി ഒ യൂണിയൻ ബിൽഡിങ് കണ്ണൂർ • സെൻട്രൽ ബസ് ടെർമിനൽ കോംപ്ലക്സ് താവക്കര കണ്ണൂർ

CO - NS 6 / 2212 / 3685

ഇടപ്പള്ളി രാഘവൻപിള്ള

ഡോ. എം ഗംഗാദേവി

ചിന്ത പബ്ലിഷേഴ്സ്
തിരുവനന്തപുരം-695 035
വില: ₹ 75

ഡോ. എം ഗംഗാദേവി

കൊല്ലം ജില്ലയിലെ തേവന്നൂർ എന്ന ഗ്രാമത്തിൽ 1974 ൽ ജനിച്ചു. അച്ഛൻ കെ മാധവൻ നമ്പൂതിരി, അമ്മ ഡി ദേവകി അന്തർജ്ജനം. കേരള സർവ്വകലാശാലയിൽ നിന്നും എം എ, പി എച്ച് ഡി ബിരുദങ്ങൾ, കാലിക്കറ്റ് സർവ്വകലാശാല യിൽ നിന്നും ബി എഡ് ബിരുദം. കേരള സർവ്വകലാശാല മലയാളം വിഭാഗത്തിൽ റിസർച്ച് അസോസിയേറ്റായും വിവിധ ഗവ. ഹയർ സെക്കന്ററി സ്കൂളുകൾ. തിരൂർ തുഞ്ചൻ മെമ്മോറിയൽ ഗവ. കോളേജ്, ഗവ. കോളേജ് നെയ്യാ റ്റിൻകര എന്നിവിടങ്ങളിൽ അദ്ധ്യാപികയായി പ്രവർത്തിച്ചി ട്ടുണ്ട്. 1995 ൽ കേരള സാഹിത്യ അക്കാദമിയുടെ സി ബി കുമാർ സ്മാരക പ്രബന്ധമത്സരം, 1996 ൽ ഭാഷാപോഷിണി നടത്തിയ പ്രഥമ സാഹിത്യാഭിരുചിമത്സരം, അങ്കണം സാംസ്കാരിക വേദി നടത്തിയ പ്രബന്ധമത്സരം, പണ്ഡിറ്റ് കറുപ്പൻ സാംസ്കാരിക വേദി നടത്തിയ പ്രബന്ധ മത്സരം, മഹിളാ ചന്ദ്രിക കഥാ അവാർഡ് 2000 എന്നിവയിൽ സമ്മാനം നേടിയിട്ടുണ്ട്. ഇപ്പോൾ പുല്ലൂറ്റ് (കൊടുങ്ങല്ലൂർ) കെ കെ ടി എം ഗവ. കോളേജിൽ മലയാളം അദ്ധ്യാപികയാണ്.

പ്രസിദ്ധീകരിച്ച കൃതികൾ: ഒന്ന് (കവിതാസമാഹാരം), പവി ഴമല്ലി (ബാലകവിതകൾ എഡിറ്റർ).

ഭർത്താവ്   : വിഷ്ണു നമ്പൂതിരി ടി എം
മക്കൾ   : ദേവി വിഷ്ണുപ്രിയ ടി വി
          ദേവി ദേവിദേവപ്രിയ ടി വി
വിലാസം   : തോട്ടാശ്ശേരിമഠം
          ടി സി 50/872(16)
          കാലടി, കരമന പി ഒ
          തിരുവനന്തപുരം - 695002

ഉള്ളടക്കം

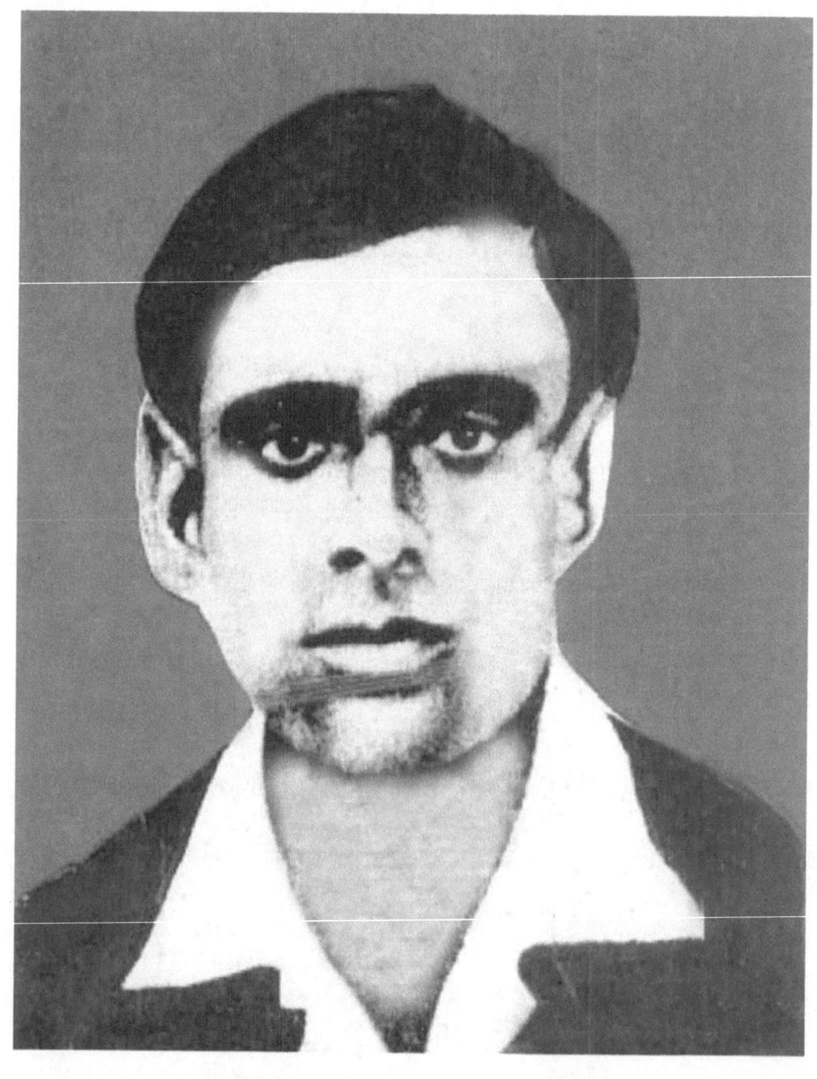

ഇടപ്പള്ളി രാഘവൻപിള്ള

(1909–1936)

പ്രസാധകക്കുറിപ്പ്

ഇന്നത്തെ കേരളം ഒരു സുപ്രഭാതത്തിൽ ഉണ്ടായതല്ല. സഹസ്രാ ബ്ദങ്ങളുടെ ചരിത്രമുണ്ട് അതിന്. ഇരുപതാം നൂറ്റാണ്ടിന്റെ പകുതിവരെ ജന്മിനാടുവാഴിത്തത്തിന്റെ അധീശത്വവും അധികാരവുമാണ് കേരളത്തി ലുണ്ടായിരുന്നത്. വ്യവസായവല്ക്കരണവും യുക്തിചിന്തയും കേരളീയ ജീവിതത്തിൽ വിവിധകാലങ്ങളിൽ ഗണനീയമായ പരിവർത്തനമുണ്ടാ ക്കിയിട്ടുണ്ട്. വിദേശീയരുമായുള്ള കേരളീയരുടെ സമ്പർക്കം ആരംഭി ച്ചത് ആയിരക്കണക്കിന് വർഷങ്ങൾക്കുമുമ്പാണ്. കേരളത്തിന്റെ സുഗ ന്ധദ്രവ്യങ്ങൾക്കുവേണ്ടിയുള്ള മത്സരം യൂറോപ്യന്മാരുടെ ഭൂപരമായ കണ്ടെത്തലുകൾക്ക് കാരണമായിരുന്നു. ബി സി 3000 മുതൽ സുഗന്ധ ദ്രവ്യങ്ങൾക്കുവേണ്ടിയുള്ള ഈ പര്യവേക്ഷണങ്ങൾ ആരംഭിച്ചിരിക്കണം. സഹ്യപർവ്വതത്തിന്റെ പടിഞ്ഞാറുഭാഗത്തായി മലനിരകളും ഇടനാടും സമതലവും ചേർന്ന ഈ പ്രദേശം എക്കാലത്തും വ്യത്യസ്തമായ ഒരു പ്രദേശമായിരുന്നു. നാനാജാതിമതങ്ങൾക്ക് താവളവും അഭയവുമായി രുന്നു കേരളം.

ആധുനിക കേരളത്തിന്റെ ഭാവരൂപങ്ങൾ രൂപപ്പെടുത്തിയ അനേകം മഹാവ്യക്തിത്വങ്ങളുണ്ട്. അവർ ജീവിച്ച കാലഘട്ടവുമായി സംഘർഷ ത്തിലേർപ്പെട്ട് ഉയർന്നുവന്നവരാണവർ. അവരിൽ ഭരണാധികാരികളുണ്ട്, കലാകാരന്മാരുണ്ട്, സാഹിത്യകാരന്മാരുണ്ട്, ദാർശനികരും രാഷ്ട്രമീമാം സക്കാരുമുണ്ട്.

ഒരു കാര്യം സുവ്യക്തമാണ്. ഇന്ത്യാ രാജ്യത്തിന്റെ ഏറ്റവും തെക്കെ അറ്റത്തുള്ള ഈ ഭൂപ്രദേശം നീതിമാന്മാരെ വരിക്കാൻ എല്ലായ്പ്പോഴും സന്നദ്ധമായിട്ടുണ്ട്. മഹാബലിയെ സ്വന്തം രാജാവായി വരിക്കാൻ മല യാളദേശം സന്നദ്ധമായെന്ന കഥ തീർച്ചയായും നീതിമാന്മാരെ അംഗീ

കരിക്കുന്ന ഒരു ജനസംസ്കാരത്തിൽ നിന്നുള്ള ഉപലബ്ധിയാണ്. നീതി ക്കുവേണ്ടിയുള്ള ഈ ദാഹത്തിൽ നിന്നാണ് കേരളം വിദേശവാഴ്ച യ്ക്കെതിരെ ആയുധമെടുത്തത്, പിന്നീട് സ്വന്തം മനസ്സുകളുടെ ഇരുൾ ക്കയങ്ങളിലേക്ക് നൂതനചിന്തയുടെയും, സമരത്തിന്റെയും പ്രകാശരശ്മി കൾ ഏറ്റുവാങ്ങിയത്. നവോത്ഥാനത്തിലേക്ക് കേരളം നയിക്കപ്പെട്ടത് ഇങ്ങനെയാണ്.

ഇരുപതാം നൂറ്റാണ്ടിലെ കേരളം തിളച്ചുമറിയുന്ന ഒരു പാത്രം പോലെയായിരുന്നു. രാഷ്ട്രീയമുന്നേറ്റങ്ങളും പോരാട്ടങ്ങളും കേരളീയ ജീവിതത്തിന്റെ സ്വാഭാവികമായ അവസ്ഥയായി മാറി. പഴമയുടെ കാവൽക്കാരായ നാടുവാഴി-ഭൂപ്രഭുവർഗ്ഗത്തിനെതിരെ മാനസികവും ഭൗതികവുമായ പോരാട്ടങ്ങളുണ്ടായി. ഇത് കേരളീയരുടെ ഭൗതിക ജീവി തത്തെ മാത്രമല്ല, മാനസിക ജീവിതത്തെയും മാറ്റിമറിച്ചു. കവിതയിലും (സാമാന്യമായി സാഹിത്യത്തിലും) ചിന്തയിലും രാഷ്ട്രീയ പ്രവർത്തന ത്തിലുമെല്ലാം ഈ മാറ്റം പ്രകടമായിരുന്നു.

ഈ പരിവർത്തനങ്ങൾക്ക് രൂപം നല്കിയവരെയാണ് 'നവകേരള ശില്പികൾ' എന്ന പരമ്പരയിലൂടെ ചിന്ത പരിചയപ്പെടുത്തുന്നത്. നമ്മുടെ അറിവും ഉറവും നിർണ്ണയിക്കുന്നതിൽ നവകേരളശില്പികൾ വലിയ പങ്കു വഹിച്ചു. അവരുടെ ചരിത്രം അറിയുന്നത് കേരളീയ ജീവിതം മുന്നോട്ടു കൊണ്ടുപോവുന്നതിനുള്ള ഒരു മുന്നുപാധിയാണ്. നവകേരളശില്പികൾ എന്ന പരമ്പരയിലെ ഓരോ പുസ്തകവും ഈ ദൗത്യം നിർവ്വഹിക്കു ന്നുണ്ട്.

ശ്രീ. പ്രദീപ് പനങ്ങാടാണ് ഈ പരമ്പരയുടെ എഡിറ്റർ. അദ്ദേഹ ത്തിനും പരമ്പരയിലേക്ക് പുസ്തകങ്ങൾ തയ്യാറാക്കുന്ന എഴു ത്തുകാർക്കും ചിന്ത പബ്ലിഷേഴ്സ് കൃതജ്ഞത അറിയിക്കുന്നു.

ചിന്ത പബ്ലിഷേഴ്സ്

മരണത്തിന്റെ സൗന്ദര്യം

അസാധാരണവും സവിശേഷവുമായ കാവ്യജീവിതമാണ് ഇടപ്പള്ളി രാഘവൻ പിള്ളയുടേത്. കവിതയും ജീവിതവും ഒന്നായിമാറ്റിയ കവിയാണ് അദ്ദേഹം. ജീവിതത്തിന്റെ കലാപരമായ ആവിഷ്കാരമായി കവിതയെയും, കവിതയുടെ ആത്മസ്പന്ദനമായി ജീവിതത്തെയും കാണാൻ ഇടപ്പള്ളിക്ക് കഴിഞ്ഞു. നിരവധി പഠനങ്ങൾക്കും ആലോചന കൾക്കും നിരീക്ഷണങ്ങൾക്കും സാദ്ധ്യതകൾ തുറന്നുതരുന്നതാണ് ഈ കവിതകൾ.

ഇടപ്പള്ളി രാഘവൻപിള്ളയെക്കുറിച്ച് നിരവധി പഠനങ്ങളും പ്രബ ന്ധങ്ങളും ഉണ്ട്. വ്യത്യസ്തമായ വീക്ഷണങ്ങളിലൂടെയും കാവ്യസി ദ്ധാന്തങ്ങളിലൂടെയും പഠിക്കാനുള്ള ശ്രമങ്ങൾ നടന്നിട്ടുണ്ട്. പക്ഷേ സമഗ്രമായൊരു കാവ്യജീവചരിത്രം എഴുതപ്പെട്ടിട്ടില്ല. ഡോ. എം ഗംഗാ ദേവിയുടെ *ഇടപ്പള്ളി രാഘവൻപിള്ള* എന്ന ഈ ജീവചരിത്രം കവിയെയും കവിതയെയും കുറിച്ചുള്ള വിശദമായ അവതരണമാണ്. ജീവിതത്തിൽ നിന്നും കവിതയിലേക്കും, കവിതയിൽ നിന്ന് ചരിത്രത്തിലേക്കുമുള്ള സഞ്ചാരം വ്യക്തമായിത്തന്നെ ഇവിടെ അടയാളപ്പെടുത്തുന്നു.

ചങ്ങമ്പുഴയും ഇടപ്പള്ളിയും സമകാലീനരും സുഹൃത്തുക്കളു മായിരുന്നു. പക്ഷേ അവരുടെ കാവ്യജീവിതത്തിന്റെ വഴികൾ വിഭി ന്നമാണ്. കാല്പനികതയുടെ കാലത്താണു അവർ കവിതകൾ സൃഷ്ടിച്ചതെങ്കിലും ജീവിതസമീപനത്തിലും കാവ്യവീക്ഷണങ്ങളിലും മൗലികമായ വ്യത്യാസം പ്രകടമാണ്. എന്നിട്ടും സവിശേഷമായ ഒരു പാരസ്പര്യം അവരുടെ കവിതാ പ്രപഞ്ചങ്ങൾ തമ്മിലുണ്ട്. അതും ഇവിടെ പഠനവിധേയമാക്കുന്നു.

ഇടപ്പള്ളിയുടെ പ്രണയജീവിതം ആ കവിതകളുടെ

ആത്മജ്വാലയാണ്. അതിന്റെ പ്രകാശത്തിലൂടെയാണ് കവിതകൾ കടന്നുപോകുന്നത്. ഭാവനയുടെയും യാഥാർത്ഥ്യത്തിന്റെയും സമന്വയമാണ് ഇടപ്പള്ളി കവിതയെ സവിശേഷമാക്കുന്നത്. പ്രണയം ആത്മഹത്യയിലേക്ക് കടക്കുമ്പോഴും, അതിന്റെ സംഘർഷ നിമിഷങ്ങൾ കവിതയിലൂടെ തന്നെ ആവിഷ്കരിക്കപ്പെടുന്നു. അതുകൊണ്ട് തന്നെ ഇടപ്പള്ളി കവിതകൾ മലയാളത്തിലെ സവിശേഷസാന്നിധ്യമായി നിലനില്ക്കുന്നു.

കേരളീയ നവോത്ഥാനത്തിന്റെ ആദ്യഘട്ടങ്ങളിലാണ് ഇടപ്പള്ളികവിതകൾ പിറന്നത്. ആത്മനിഷ്ഠമായ കാല്പനികതയുടെ പ്രഭാതകാലം കൂടിയായിരുന്നു അത്. സമൂഹത്തിലും കലയിലുമുണ്ടായ മാറ്റങ്ങൾ ഇടപ്പള്ളികവിതകളിലും പ്രതിഫലിച്ചു. ഒരു കാലഘട്ടത്തിലെ സാമൂഹിക ജീവിതത്തിന്റെ അടയാളങ്ങൾ കൂടി ഈ കവിതകളിൽ പടർന്നുകിടക്കുന്നു. ഇതെല്ലാം കണ്ടെത്താനും അവതരിപ്പിക്കാനും ഈ ജീവചരിത്രത്തിന് കഴിയുന്നുണ്ട്. *നവകേരള ശില്പികൾ* എന്ന പരമ്പരയിൽ ഈ രചന അവതരിപ്പിക്കാൻ കഴിഞ്ഞതിൽ സന്തോഷിക്കുന്നു.

പ്രദീപ് പനങ്ങാട്
എഡിറ്റർ
നവകേരള ശില്പികൾ
ജീവചരിത്ര പരമ്പര

ആമുഖം

പെയ്തിറങ്ങിയ മേഘപ്രഭയായിരുന്നു ഇടപ്പള്ളി രാഘവൻപിള്ള എന്ന കവി. വ്യർത്ഥജീവിതത്തിന്റെ നിഴല്പ്പാടുകളെ ആത്മനൊമ്പര ത്തിന്റെ തീയിൽ എരിച്ചു കളഞ്ഞ ഒരു ജന്മം. മണവാളന്റെ വേഷത്തിൽ മരണത്തെ സ്വയം വരിച്ച ധൈര്യശാലി. മനോവേദനകൾ അക്ഷര ങ്ങൾക്കുള്ളിൽ മുത്തായി നിറച്ച് കവി യാത്രയായി. ആ മുത്തുകൾ ഇന്നും തിളങ്ങുന്നു. ഇന്നും മാലകൾ കോർക്കുന്നു.

ജീവിതത്തിന്റെ തമോഗർത്തങ്ങളിൽ നിന്നും കൈപിടിച്ചുയർത്തുന്ന കൈവിളക്കാണ് കവിതയെങ്കിൽ ഇടപ്പള്ളിയെ സംബന്ധിച്ചും അത് ശരി യായ വീക്ഷണമാണ്. കവിയെ മുന്നോട്ടു നയിക്കുകയും കൈപിടിച്ചു യർത്തുകയും ആശ്വാസത്തിന്റെ സമതലങ്ങളിലൂടെ നടത്തുകയും ചെയ്തവളാണ് കവിത. എന്നാൽ ആ തമോഗർത്തത്തിന്റെ ആഴം വർദ്ധി ക്കുകയും അന്ധകാരം വന്നു മൂടുകയും ചെയ്തപ്പോൾ കാവ്യദീപത്തിന് കത്തിനില്ക്കുവാനായില്ല. അങ്ങനെ കവിതയും കവിയും യാത്രയുടെ പകുതിയിൽ വച്ച് കെട്ടുപോയി.

"എനിക്കു പാടുവാനാഗ്രഹമുണ്ട്... എന്റെ മുരളി തകർന്നുപോയി..." എന്ന വാക്കുകൾ ആരെയാണ് പശ്ചാത്താപ വിവശരാക്കാത്തത്? പാടു വാനാഗ്രഹിക്കുന്ന ആ പൊന്നോടക്കുഴൽ തകർത്തവർ ആരാണ്? കാലമോ? സമൂഹമോ? ദുർബ്ബലമായ മനസ്സോ? പക്ഷേ ആരോടും പരിഭ വമില്ലാതെ, ആരിലും കുറ്റം ചുമത്താതെ നിഷ്കളങ്കനായ ആ ബ്രഹ്മ ചാരി മരണത്തിലേക്കെടുത്തു ചാടി...

ഒത്തിരി കണ്ണീരോടുകൂടിത്തന്നെ വായിക്കൂ...

നവകേരള ശില്പികൾ എന്ന ഗ്രന്ഥപരമ്പരയിലെ ഒരു പുസ്തക മാണിത്. പുതിയ കേരളം എന്ന സങ്കല്പത്തെ കവിതയിലൂടെയും

സാഹിത്യത്തിലൂടെയും സാക്ഷാത്ക്കരിക്കുവാൻ ശ്രമിച്ച അനേകരുടെ കൂട്ടത്തിൽ ഒരാളായ ഇടപ്പള്ളി രാഘവൻപിള്ളയുടെ ജീവിതവും കൃതി കളുടെ വിശകലനവുമാണീ കൃതിയിൽ ഉൾക്കൊള്ളിച്ചിരിക്കുന്നത്. ഒരു പാട് പഠനങ്ങൾക്കും വിവാദങ്ങൾക്കും ഇടയായ ജീവിതമാണ് ഇടപ്പള്ളി യുടേത്. എല്ലാ പഠനങ്ങളും കണ്ടെത്തി വായിക്കുവാൻ ഒരുപരിധിവരെ ശ്രമിച്ചിട്ടുണ്ട്. ആധുനിക മനഃശാസ്ത്രം ആത്മഹത്യയെ വ്യത്യസ്തമായ രീതിയിലാണ് നോക്കിക്കാണുന്നത്. ഇടപ്പള്ളിയുടെ ജീവിത സാഹചര്യ ങ്ങളെ വിലയിരുത്തിയതിനു ശേഷമാവണം മരണത്തെ നിർണ്ണയിക്കേ ണ്ടത്. അദ്ദേഹത്തെ കൊലപ്പെടുത്തിയതാണെന്നും അഭ്യൂഹമുണ്ട്. എന്തു തന്നെയായാലും ഇടപ്പള്ളി ആത്മഹത്യാ പ്രവണതയുള്ള, മൃത്യു വാഞ്ഛരയുള്ള വ്യക്തിയായിരുന്നു എന്ന് നിസ്സംശയം പറയാം. അദ്ദേഹ ത്തിന്റെ ആദ്യകാല കവിതകൾ മുതൽ *മണിനാദം* വരെയുള്ള കവിതക ളിൽ തൊണ്ണൂറു ശതമാനവും മൃത്യുബോധവും നാശഭീതിയുമുളവാക്കു ന്നവയാണ്. ലോകസാഹിത്യത്തിൽ തന്നെ ഈ പ്രവണതയുള്ള അല്ലെ ങ്കിൽ തീവ്രപ്രണയവും മരണാഭിമുഖ്യവും പുലർത്തുന്ന രചനകൾ നിർവ്വ ഹിച്ചവർ പല പ്രാവശ്യം ആത്മഹത്യയ്ക്ക് ശ്രമിച്ചിട്ടുണ്ട്, വിജയിച്ചിട്ടുമു ണ്ട്. ഈയൊരു പശ്ചാത്തലത്തിൽ ഇടപ്പള്ളിയുടെ മരണത്തെ ആത്മഹ ത്യയായിത്തന്നെ കാണണം. അന്തർമുഖനും ഏകാകിയുമായിരുന്ന അദ്ദേ ഹത്തിന്റെ കവിതകളിൽ കടുത്ത വിഷാദത്തിന്റെ ഈണങ്ങൾ നമുക്ക് ദർശിക്കാം. പ്രതീക്ഷകൾ എല്ലാം നഷ്ടപ്പെട്ട ഒരാളുടെ ദുർബ്ബല നിമിഷ ത്തിലെ കടുംകൈയായിരുന്നു സ്വയംഹത്യ.

ഈ പുസ്തകത്തിന്റെ രചന നിർവ്വഹിക്കുവാൻ എനിക്കവസരം തന്ന *ചിന്ത പബ്ലിഷേഴ്സിനോട്* എനിക്ക് നന്ദിയുണ്ട്. വേണ്ട നിർദ്ദേശങ്ങൾ തന്ന് ഈ പുസ്തകം ഇങ്ങനെയെങ്കിലുമാക്കാൻ എന്നെ സഹായിച്ചത് ശ്രീ പ്രദീപ് പനങ്ങാടാണ്. അദ്ദേഹത്തോടുള്ള നന്ദി പറഞ്ഞുതീർക്കു ന്നില്ല.

ഇടപ്പള്ളിയുടെ കവിതകൾ, വസ്തുതകൾ, പഠനഗ്രന്ഥങ്ങൾ എന്നിവ ശേഖരിക്കുന്നതിന് എന്നെ സഹായിച്ച എന്റെ പ്രിയപ്പെട്ടവരോടുള്ള സ്നേഹം മനസ്സിൽ സൂക്ഷിച്ചുകൊണ്ട്, ഇടപ്പള്ളി എന്ന ഉജ്ജ്വല നക്ഷ ത്രത്തെ നമസ്കരിച്ചുകൊണ്ട്, ഈ പുസ്തകം സഹൃദയർക്കായി സമർപ്പിക്കുന്നു. നിതാന്തമായ ചിന്തയുടെ കാവ്യസാഗരത്തിലേക്ക് ഏവർക്കും നമസ്കാരം.

വിനയത്തോടെ,

തിരുവനന്തപുരം

1-1-2015   ഡോ. എം ഗംഗാദേവി

1

ഇടപ്പള്ളി രാഘവൻപിള്ള
ജനനം, ജീവിതം, മരണം

പഴയ തിരുവിതാംകൂറിലെ എക്സൈസ് വകുപ്പിൽ ശിപായി ആയിരുന്ന ഇടപ്പള്ളി ഇളമക്കര പാണ്ഡവത്തു വീട്ടിൽ ശ്രീ നീലകണ്ഠപിള്ളയുടെയും വടക്കൻ പറവൂർ കോട്ടുവള്ളി കിഴക്കേപ്രം മുറിയിൽ താഴോത്തു വീട്ടിൽ ശ്രീമതി. മീനാക്ഷിയമ്മയുടെയും പ്രഥമ പുത്രനായി കൊല്ലവർഷം 1084 ഇടവം 17 ന് ഇടപ്പള്ളി രാഘവൻപിള്ള ജനിച്ചു. അമ്മയും അച്ഛനും തമ്മിൽ അസ്വാരസ്യങ്ങൾ നിലനിന്നിരുന്നു. ഇടപ്പള്ളിയുടെ ബാല്യകാലത്തുതന്നെ മാതാവായ മീനാക്ഷിയമ്മ അകാല ചരമം പ്രാപിച്ചു.

ഗർഭാശയാർബുദമെന്ന മാരകരോഗത്തിന്റെ ഭീകരമായ യാതനകളും ദാമ്പത്യ ജീവിതത്തിൽ നിന്നുളവായ കഠിനമായ നൈരാശ്യവും അവരെ ആത്മഹത്യയ്ക്കു പ്രേരിപ്പിച്ചതായാണറിവ്. അകൽച്ചയുടെ അതിരു തീർത്ത് അച്ഛൻ അന്യനായി മാറുന്നത് രാഘവൻ അറിഞ്ഞു. അർബുദത്തിന്റെ തീരാവേദനയെ മരണത്തിന് നല്കിയിട്ട് അമ്മ സ്വയം മരണം വരിച്ചു. രാഘവൻപിള്ളയുടെ ബാലമനസ്സിന് ഇത് വല്ലാത്തൊരു ആഘാതമാണ് സമ്മാനിച്ചത്.

മീനാക്ഷിയമ്മയുടെ മരണശേഷം നീലകണ്ഠപിള്ള വട്ടേക്കുന്നം തോപ്പിൽ ഭവനത്തിൽ നിന്നും പുനർവിവാഹം നടത്തി. അച്ഛന്റെ നിർബ്ബന്ധപ്രകാരം രാഘവനും അനുജനും രണ്ടാനമ്മയുടെ ഭവനത്തിലേക്ക് താമസം മാറ്റി. രണ്ടാനമ്മയുടെ വാത്സല്യമെല്ലാം പീഡനത്തിന്റെ രൂപത്തിലായിരുന്നു. ഇത് സഹിക്കാനാവാതെ അനുജൻ ഗോപാലപിള്ള പ്രായപൂർത്തിയാകും മുമ്പെ നാടുവിട്ടു. അനുജന്റെ വേർപാട്, രണ്ടാനമ്മയുടെ പീഡനങ്ങൾ, അച്ഛന്റെ ദുർനടപടികളിൽ മുഴുകിയുള്ള കുത്തഴിഞ്ഞ ജീവിതം, ദാരിദ്ര്യം, പഠിക്കാനാവാത്ത അവസ്ഥ തുടങ്ങിയ ചുറ്റു

പാടുകൾ ഇടപ്പള്ളിയുടെ മനസ്സിനെ വല്ലാതെ വേദനിപ്പിച്ചു. അമ്മയുടെ വാത്സല്യത്തെ കുറിച്ചോർത്ത് ആ കുഞ്ഞുമനസ്സ് നീറി. സ്നേഹത്തിനു വേണ്ടി ദാഹിച്ചു. അനുജൻ നാടുവിട്ടപ്പോഴും രാഘവൻകുട്ടിക്ക് സഹന മായിരുന്നു മാർഗ്ഗം.

ഇടപ്പള്ളി ചുറ്റുപാടുകരയിലെ എം എം സ്കൂൾ ഫോർ ബോയ്സിൽ 1915 ജൂലൈയിൽ രണ്ടാം ക്ലാസ് വിദ്യാർത്ഥിയായി പഠന ജീവിതം ആരം ഭിച്ചു. ആരുടെ നിർബ്ബന്ധ പ്രകാരമെന്നറിയില്ല, 11-ാം ദിവസം മറ്റൊരു സ്കൂളിൽ ചേർത്ത് പഠിപ്പിക്കുവാനെന്ന് കാണിച്ച് ടി സി വാങ്ങി. പിന്നീട് നാലുവർഷത്തേക്ക് വിദ്യാഭ്യാസം നടത്തിയതിന്റെ രേഖകളൊന്നുമില്ല. മകന്റെ പഠനകാര്യത്തിൽ അച്ഛൻ തീരെ ശ്രദ്ധിച്ചിരുന്നില്ല എന്നു വേണം കരുതാൻ. ഒടുവിൽ 1920 ആഗസ്തിൽ ഇടപ്പള്ളി വടക്കുംഭാഗത്ത് വെർണ്ണാ ക്കുലർ സ്കൂളിൽ മൂന്നാം ക്ലാസ് വിദ്യാർത്ഥിയായി ചേർന്നു. തുടർന്ന് കൊല്ലവർഷം 1921 ജൂണിൽ ചുറ്റുപാടുകരയിലെ ഇംഗ്ലീഷ് മിഡിൽ സ്കൂളിൽ ചേർന്നു. പഠനവും വായനയും ഇടപ്പള്ളിയുടെ കലാവാസന കളെ പരിപോഷിപ്പിക്കുവാൻ സഹായിച്ചു. അതോടൊപ്പം സാഹിത്യ സമാ ജത്തിൽ ചേരുകയും കവിതയെഴുത്ത് ആരംഭിക്കുകയും ചെയ്തു. ഈ കാലയളവിൽ ചങ്ങമ്പുഴ കൃഷ്ണപിള്ളയുമായി ചങ്ങാത്തത്തിലാവുകയും ഇരുവരും സാഹിത്യചർച്ചകളിൽ സജീവമാവുകയും ചെയ്തു. 1927 ൽ തേഡ് ഫാറം വിജയിച്ചു. വീട്ടിലെ അന്യത്വം അവിടെ നിന്നും മാറി നില്ക്കു വാൻ അദ്ദേഹത്തെ പ്രേരിപ്പിച്ചു. അങ്ങനെ ഇളമക്കരയിലെ ഒരു ധനികകുടുംബത്തിൽ അവിടത്തെ കുട്ടിക്ക് ട്യൂഷൻ പഠിപ്പിച്ചുകൊണ്ട് വിദ്യാഭ്യാസം തുടർന്നു. എറണാകുളത്തുള്ള ഹൈസ്കൂൾ പഠനം വിജ യകരമായി പൂർത്തീകരിച്ചതോടെ ധനികകുടുംബത്തിന്റെ കാര്യസ്ഥ പദ വിയും ഇടപ്പള്ളിക്കു ലഭിച്ചു.

ഇളമക്കരയിലെ ജീവിതം ഇടപ്പള്ളിയെ ഇളംകാറ്റുപോലെ തഴുകി, ജീവൻ കൊടുത്തു. സ്നേഹമോ കരുതലോ ഒന്നും അനുഭവിച്ചിട്ടില്ലാത്ത ഇടപ്പള്ളിക്ക് ട്യൂഷൻ മാസ്റ്റർ ജീവിതം പുതിയൊരു ഉണർവ്വാണു നല്കി യത്. പെൺകുട്ടിയോടുള്ള സ്നേഹം ഇടപ്പള്ളിക്ക് പുതുജീവൻ നല്കി. താമസവും ചെലവും പഠനവും നടക്കുമെന്നതിനാൽ ഇളമക്കരയിലെ ജീവിതത്തിൽ ഇടപ്പള്ളി സന്തുഷ്ടനായിരുന്നു. എങ്കിലും ഇടയ്ക്കിടെ നിരാശയും തന്റെ ദാരിദ്ര്യവും അപകർഷതാബോധവുമൊക്കെ തല പൊക്കി നോക്കും. മറ്റുള്ളവർക്കു മുന്നിൽ ചെറുതാകുന്നത് ഇടപ്പള്ളിയെ കടുത്ത നിരാശയിൽ കൊണ്ടെത്തിക്കുമായിരുന്നു. തന്റെ കുടുംബപശ്ചാ ത്തലം, അച്ഛൻ, അമ്മ, രണ്ടാനമ്മ, നാടുവിട്ടുപോയ അനുജൻ ഇതെല്ലാം ഇടപ്പള്ളിയുടെ മാനസികാവസ്ഥയിൽ ആന്തരിക ചലനങ്ങൾക്കിടയാക്കി. മറ്റുള്ളവർ തന്നെ എങ്ങനെ കാണുന്നു എന്നത് ചിന്താകുലനാക്കിയിരുന്നു അദ്ദേഹത്തെ. എങ്കിലും വീണുകിട്ടിയ സ്നേഹത്തെ മതിയാവോളം മന സ്സിലിട്ട് നുകരുവാൻ കവി ആഗ്രഹിച്ചു. കത്തിനില്ക്കുന്ന യൗവ്വനവും പ്രണയവും ഇല്ലായ്മകളെല്ലാം മറന്ന് അദ്ധ്വാനിക്കുവാൻ കവിയെ പ്രചോ

ദിപ്പിച്ചു. ചങ്ങമ്പുഴ കൃഷ്ണപിള്ളയോടൊപ്പം പഠിച്ചും വായിച്ചും കവിത കൾ ചർച്ച ചെയ്തും സാമൂഹ്യ--സാംസ്കാരിക മണ്ഡലങ്ങളിൽ പ്രവർത്തിക്കാൻ തുടങ്ങി. ഇടപ്പള്ളി വായനശാലയും ഇടപ്പള്ളി സാഹിത്യ സമാജവും ഇടപ്പള്ളിക്കവിതകളുടെ കാവ്യശൈലിയെയും കവിത്വ ത്തെയും സ്വാധീനിച്ച സാംസ്കാരിക കേന്ദ്രങ്ങളായിരുന്നു. ചങ്ങമ്പുഴ കൃഷ്ണപിള്ളയുമായി ആത്മാർത്ഥമായ സൗഹൃദബന്ധം പുലർത്തിയി രുന്നെങ്കിലും തന്റെ സ്വകാര്യദുഃഖങ്ങൾ ഒരിക്കലും പങ്കു വയ്ക്കുകയു ണ്ടായില്ല. ദാരിദ്ര്യവും പട്ടിണിയും പിതാവിന്റെ അവഗണനയും രണ്ടാന മ്മയുടെ പീഡനവും എല്ലാം ഉള്ളിലൊതുക്കി കഴിയുമ്പോഴും പ്രണയ ത്തിന്റെ ചൂടിലാണ്, ആ പ്രതീക്ഷയിലാണ് കവി ഉയർന്നു നിന്നത്.

എന്നാൽ അധികകാലം നീണ്ടുനിന്നില്ല ഒന്നും. പ്രണയികളെ വേർപി രിക്കാനായി കാലം ചിലതു കാത്തു വച്ചിരുന്നു. പെൺകുട്ടിയുമായുള്ള പ്രണയം വീട്ടുകാർ അറിഞ്ഞുകഴിഞ്ഞിരുന്നു. 1934 ൽ രാഘവൻപിള്ള താമസിച്ച് പഠിപ്പിച്ചുകൊണ്ടിരുന്ന വീട്ടിൽ നിന്നും അദ്ദേഹത്തെ പുറത്താ ക്കി. മനസ്സിന്റെയും ശരീരത്തിന്റെയും ആശ്രയസ്ഥാനം നഷ്ടപ്പെട്ട കവിക്ക് ലോകം അന്ധകാരമയമായിത്തീർന്നു. പെൺകുട്ടിയുടെ രക്ഷയെ കരു തിയോ നാട്ടുകാരുടെ പഴിയെ ഭയന്നോ വീട്ടുകാർ ഇടപ്പള്ളിയെ ഇറക്കി വിട്ടുകളഞ്ഞതെന്ന് നിശ്ചയമില്ല. മലയാള ഭാഷയ്ക്കും സാഹിത്യത്തിനും വൻ സംഭാവനകൾ നല്കേണ്ടിയിരുന്ന ഭാവനാശാലിയായ ഒരു കവിയെ ആണ് അവർ ഇറക്കിവിട്ടതെന്ന് ഒരിക്കലും ഓർത്തില്ല. അങ്ങനെ സംഭ വിച്ചില്ലായിരുന്നെങ്കിൽ അദ്ദേഹം ജീവിക്കുമായിരുന്നിരിക്കണം. പക്ഷേ മരണം വലവീശി പിറകേ നടക്കുമ്പോൾ ഇങ്ങനെയൊക്കെ സംഭവിച്ചി ല്ലെങ്കിലേ അത്ഭുതമുള്ളൂ.

നിരാശയും മരണബോധവും ഇടപ്പള്ളിയുടെ മനസ്സിനെ വീണ്ടും അലട്ടുവാൻ ആരംഭിച്ചു. കവിതകളിലെല്ലാം മരണത്തിന്റെയും നാശത്തി ന്റെയും നിഴലുകൾ വേഷപ്പകർച്ച നടത്തി. പ്രണയത്തിന്റെ നെടു വീർപ്പുകൾ വിരഹത്തിന്റെ അന്ധകാരമായി. ഒറ്റ നക്ഷത്രം മാത്രം മന സ്സിൽ കൊത്തിയ കവിക്ക് ഏകാന്തതയുടെ പക്ഷത്തു നിന്നും പ്രതീക്ഷ യുടെ കണങ്ങൾ ഏറ്റുവാങ്ങാനായില്ല. സ്വന്തം വീട്ടിൽ അനുഭവിക്കേണ്ടി വന്ന ഒറ്റപ്പെടൽ തന്നെ മറ്റെവിടെയും കവിയെ കാത്തുനിന്നു. വീടും അഭയസ്ഥാനവും പ്രണയിനിയും നഷ്ടപ്പെട്ട ഇടപ്പള്ളി ജീവിതത്തിനൊരു പിടിവള്ളിക്കായി അവിടെ നിന്നും തിരുവനന്തപുരത്തെത്തി. *ശ്രീമതി* എന്ന പത്രമാസികയുടെ ഓഫീസിൽ അക്കൗണ്ടന്റായി ജോലി നോക്കി. സാഹി ത്യപ്രവർത്തനങ്ങളും കവിതയെഴുത്തും തുടർന്നു. തിരുവനന്തപുരത്തെ സാഹിത്യ അന്തരീക്ഷത്തിൽ സജീവമായി.

ശ്രീമതിയിൽ അധികകാലം തുടരാൻ സാധിച്ചില്ല. കാരണം *ശ്രീമ തിയുടെ* പ്രവർത്തനം മതിയാക്കി പത്രാധിപർ പൂട്ടിക്കളഞ്ഞു. തുടർന്ന് *കേരള കേസരി* പത്രത്തിൽ ഗുമസ്തനായി ചുമതലയേറ്റു. *മാതൃഭൂമി, മലയാള രാജ്യം, ചിന്ത വാരിക* തുടങ്ങിയ പ്രസിദ്ധീകരണങ്ങളിൽ കവിത

പ്രസിദ്ധീകരിച്ചു തുടങ്ങി. സാഹിത്യ ചർച്ചകളിൽ പങ്കാളിയാവുകയും പല പ്രമുഖ കവികളുമായി ചങ്ങാത്തത്തിലാവുകയും ചെയ്തു. ചങ്ങമ്പുഴയുമായിട്ടായിരുന്നു ഏറെ അടുപ്പമുണ്ടായിരുന്നത്. ചങ്ങമ്പുഴയ്ക്ക് കത്തുകൾ അയയ്ക്കുമായിരുന്നു അദ്ദേഹം. തിരുവനന്തപുരത്തു വച്ച് മഹാകവി ഉള്ളൂർ എസ് പരമേശ്വരയ്യരെ കണ്ടകാര്യം ചങ്ങമ്പുഴയ്ക്ക് എഴുതിയത് ഇപ്രകാരമായിരുന്നു, "ആയിടയ്ക്ക് ഉള്ളൂരിനെ പബ്ലിക് ലൈബ്രറിയിൽ വച്ച് യാദൃച്ഛികമായി കണ്ടുമുട്ടി. എന്റെ വരവിന്റെ ഉദ്ദേ ശ്യമെല്ലാം സ്വാമി ചോദിച്ചറിയുകയും കവിതകൾ കാണണമെന്ന് ആവ ശ്യപ്പെടുകയുംചെയ്തു. അതനുസരിച്ച് കവിതകൾ ഞാൻ അവിടെ കൊണ്ടുപോയി കൊടുത്തു. 'വേണ്ട സഹായങ്ങളെല്ലാം ചെയ്തുതരാം' എന്നുണ്ടായ സ്വാമിയുടെ വാക്ക് ഒരു മുഖവുരയിലാണ് കലാശിച്ചത്." അങ്ങനെ മഹാകവി ഉള്ളൂരിന്റെ അക്ഷരാനുഗ്രഹത്തോടെയാണ് പ്രഥമ കവിതാ സമാഹാരം തുഷാരഹാരം 1935 ൽ പ്രസിദ്ധീകൃതമായത്. തന്നെ ഇറക്കിവിട്ടവർക്കുള്ള മധുരമായ ഒരു മറുപടിയായിരുന്നു തുഷാരഹാരം എന്ന് വേണമെങ്കിൽ ചിന്തിക്കാവുന്നതാണ്. ഇടപ്പള്ളിയിൽ നിന്നു തിരു വനന്തപുരത്തുവന്ന അതേ വർഷം തന്നെയാണ് ഈ കൃതി പ്രസിദ്ധീ കരിക്കുന്നത്. അതും മഹാകവിയുടെ അവതാരികയോടുകൂടി. ഒരുപക്ഷേ തന്നെ തിരിച്ചറിയുമെന്നും എറണാകുളത്തേക്കു തന്നെ മടങ്ങാമെന്നു മൊക്കെ കവി ഇതിലൂടെ ആഗ്രഹിച്ചിരിക്കണം.

കേസരി പത്രത്തിൽ ജോലി നോക്കിയിരിക്കെ മെല്ലെ അവിടത്തെ അവസ്ഥയും പരിതാപകരമാവാൻതുടങ്ങി. കേസരിയും അടച്ചുപൂട്ടേണ്ട സ്ഥിതിയിലേക്കെത്തി. അങ്ങനെ ഇടപ്പള്ളിക്ക് തിരുവനന്തപുരത്തുനിന്നും മാറിത്താമസിക്കേണ്ടി വന്നു. അക്കാലത്ത് പ്രശസ്ത വക്കീലായിരുന്ന ശ്രീ വൈക്കം നാരായണപിള്ളയുടെ സ്നേഹപൂർണ്ണമായ നിർബ്ബന്ധപ്ര കാരം കൊല്ലത്തെത്തി, അദ്ദേഹത്തിന്റെ വസതിയിൽ താമസിക്കുവാനാ രംഭിച്ചു. ഇടപ്പള്ളിയുടെ കവിത്വം തിരിച്ചറിഞ്ഞ നാരായണപിള്ള എല്ലാ സൗകര്യങ്ങളും ഒരുക്കിക്കൊടുക്കുവാൻ ശ്രദ്ധിച്ചു. അദ്ദേഹത്തിന്റെ സ്നേഹവും വാത്സല്യവും ഇടപ്പള്ളി അനുഭവിച്ചു. അതിന്റെ ഫലമായി ഹൃദയസ്മിതം, നവസൗരഭം എന്നീ കൃതികൾ പ്രസിദ്ധീകരിച്ചു. ചെറിയ കാലയളവിനുള്ളിൽ മൂന്ന് കവിതാസമാഹാരങ്ങൾ പ്രസിദ്ധപ്പെടുത്തിയ ചെറുപ്പക്കാരനെ സാഹിത്യലോകം അറിയുകയും അംഗീകരിക്കുകയും ചെയ്തു തുടങ്ങി.

ഇടത്താവളങ്ങൾ നഷ്ടപ്പെടുമ്പോഴും ജീവിത സാഹചര്യങ്ങളുടെ സമ്മർദ്ദം പലപ്പോഴും ഇടപ്പള്ളിയെ മരണത്തിന്റെ കാമുകനാക്കി മാറ്റി. ഇത് പല കവിതകളിലും ആദ്യം മുതലേ ഒളിഞ്ഞും തെളിഞ്ഞും കടന്നു വരുന്നുണ്ട്. ഒന്നു തൊട്ടാൽ പൊട്ടിപ്പോകും വിധം മുറുക്കിയ തന്ത്രികളാ യിരുന്നു ഇടപ്പള്ളി എന്ന വീണയിൽ ദൈവം ചേർത്തുകെട്ടിയത്. എങ്കിലും ശ്രുതിമധുര ഗാനങ്ങൾ ഏറെപ്പാടിയ ആ വീണക്കമ്പികൾക്ക് പാരമ്പര്യത്തിന്റെ ശ്രുതിയിൽ അന്തിമഗാനം ആവർത്തിച്ച് പാടേണ്ടിവ

രുമെന്ന് ആരും കരുതിക്കാണില്ല.

കൊല്ലത്ത് താമസിക്കുമ്പോൾ വളരെ അപ്രതീക്ഷിതമായിട്ടാണ് ഇട പ്പള്ളിയുടെ പ്രണയിനിയുടെ വിവാഹക്ഷണക്കത്ത് അദ്ദേഹത്തിന് ലഭി ക്കുന്നത്. അവർ തമ്മിൽ എഴുത്തുകുത്തുകൾ നടത്തിയിരുന്നിരിക്കണം. അതുകൊണ്ടാണല്ലോ വിവാഹക്ഷണക്കത്ത് ലഭിച്ചത്. കവിയുടെ പ്രതീ ക്ഷകളും സ്വപ്നങ്ങളും മറ്റൊന്നായിരുന്നിരിക്കണം. ക്ഷണക്കത്തു കിട്ടിയ ശേഷം കവി ആകെ അസ്വസ്ഥനായിരുന്നു. വിഷാദിയായിരുന്നു. എല്ലാ പ്രതീക്ഷകളും തകർന്നവനെപ്പോലെയായിരുന്നു. മൂന്നു കാവ്യഗ്രന്ഥങ്ങൾ പ്രസിദ്ധീകരിച്ച ഈ യുവകവിയെ സാഹിത്യലോകം അംഗീകരിച്ചിട്ടും പ്രിയപ്പെട്ടവൾ വിട്ടകലുന്നതിൽ അതീവ നിരാശനായിരുന്നു കവി. മര ണപ്രേമിയായ ഇടപ്പള്ളിയെ വക്കീൽ ശരിക്കും മനസ്സിലാക്കിയിരുന്നു. അതിനാൽ ഇടപ്പള്ളി അഹിതം വല്ലതും ചെയ്തേക്കുമോ എന്ന് ഭയന്നി രുന്നു. ഒരു രാത്രി വീട്ടിൽ നിന്നും വക്കീലിന് മാറിനിൽക്കേണ്ട അത്യാ വശ്യം ഉണ്ടായി. രാത്രി കാവലിന് ആളെ ഏൽപിച്ചിട്ടാണ് വക്കീൽ അവി ടെനിന്നും മാറിനിന്നത്. പക്ഷേ വിധി മറ്റെന്തോ കരുതിയിരുന്നു.കോരി ച്ചൊരിയുന്ന മഴ കാരണം ആ രാത്രി കാവലാളിനും ഇടപ്പള്ളിക്കരുകിൽ എത്താനായില്ല.

ആ ഏകാന്തരാത്രിയെ ഇടപ്പള്ളി ഏറ്റവുമധികം സ്നേഹിച്ചു. എല്ലാ ഭാരങ്ങളും ഇറക്കി വച്ചവനെപ്പോലെ സന്തുഷ്ടനായി. അസ്വാതന്ത്ര്യങ്ങൾ നിറഞ്ഞ ഈ ലോകത്തു നിന്നും വിമോചനത്തിന്റെ ആകാശങ്ങളിലേ ക്ക് പറന്നുയരാൻ കവിമനസ്സ് വെമ്പി. എല്ലാം മുൻകൂട്ടി നിശ്ചയിച്ചപോലെ ആ മുഹൂർത്തത്തിനായി മണവാളന്റെ വേഷമണിഞ്ഞു. 'സന്നമാം ഹൃദ ന്തമേ ശാന്തമായിരുന്നാലും' എന്ന് സ്വയം പറയേണ്ടി വന്നില്ല. കോരി ച്ചൊരിയുന്ന മഴയും ഇഷ്ടപ്രണയിനിയുടെ വിവാഹവും ഏകാന്തതയും ഒക്കെ സൃഷ്ടിച്ച അനുകൂല സാഹചര്യമാണ് മരണത്തിന് വഴിയൊരു ക്കിയത്. മരണം പോലും കാല്പനികമാക്കാൻ അദ്ദേഹം മറന്നില്ല. കുളിച്ച് ചന്ദനപ്പൊട്ടുതൊട്ട് ശുഭ്രവസ്ത്രം ധരിച്ച് തല ചീകിയൊതുക്കി മുല്ലമാല കഴുത്തിലണിഞ്ഞ് മരണത്തെ വരിക്കുകയായിരുന്നു അദ്ദേഹം. തന്റെ പ്രണയിനിയുടെ വിവാഹ ദിവസം അതായത് കൊല്ലവർഷം 21-11-1111 ന് രാത്രി 11 നും 11.30 നും ഇടയ്ക്കുള്ള ശുഭമുഹൂർത്തത്തിലാണ് അദ്ദേഹം ഈ കപട ലോകത്തിലെ ജീവിതം മതിയാക്കിയത്. ഇടപ്പള്ളി കയർ കഴു ത്തിലിട്ട് മുറുക്കിയത്. ഇപ്പോൾ കേൾക്കുന്നത് മരണത്തിന്റെ മണിമുഴ ക്കമാണ്. "മധുരം വരുന്നു ഞാൻ..." എന്ന് പാടുന്ന കവിയുടെ ശബ്ദവും. നാളത്തെ പ്രഭാതത്തിൽ കുഞ്ഞുപൂക്കൾ വിരിയുമ്പോൾ, സൂര്യനു ണർന്നു നോക്കുമ്പോൾ മരണവുമായി ആദ്യരാത്രിപങ്കിട്ട മണവാളനെ കാണുവാൻ സാധിക്കും. വാടിയ മുല്ലമാല്യത്തിന് പോലും സുഖദമായ ആലസ്യം ഉണ്ടായിരിക്കും. ആ ചിരിയിൽ, ആലസ്യത്തിൽ മനുഷ്യജീ വിതത്തെ തോല്പിച്ചതിന്റെ, അസ്വാതന്ത്ര്യങ്ങളുടെ നിരാശച്ചങ്ങലകൾ പൊട്ടിച്ചതിന്റെ, പുതിയ ലോകത്തോടുള്ള പുച്ഛത്തിന്റെ, ഒക്കെ പ്രകാശ

രേണുക്കൾ കണ്ടെത്താം.

ഞാൻ ഒന്നുറങ്ങിയിട്ട് ദിവസങ്ങൾ അല്ല മാസങ്ങൾ വളരെയായി. കഠിനമായ ഹൃദയ വേദന. ഇങ്ങനെ അല്പാല്പം മരിച്ചുകൊണ്ട് എന്റെ അവസാനദിനത്തെ പ്രതീക്ഷിക്കുവാൻ ഞാൻ അശക്ത നാണ്. ഒരു കർമ്മവീരനാകുവാൻ നോക്കി. ഒരു ഭ്രാന്തനായി മാറു വാനാണ് ഭാവം. സ്വാതന്ത്ര്യത്തിന് കൊതി; അടിമത്തത്തിനു വിധി. മോചനത്തിനു വേണ്ടിയുള്ള ഓരോ മറിച്ചിലും ഈ ചരടിനെ കൊടു മ്പിരിക്കൊള്ളിക്കുക മാത്രമാണ് ചെയ്യുന്നത്. എന്റെ രക്ഷിതാക്കൾ എനിക്ക് ജീവിക്കുവാൻ വേണ്ടുന്നത് സന്തോഷത്തോടും സ്നേഹ ത്തോടും തരുന്നുണ്ടാകും. പക്ഷേ, ഈ ഔദാര്യമെല്ലാം എന്റെ ആത്മാഭിമാനത്തെ പാതാളം വരെയും മർദ്ദിച്ചു കൊണ്ടിരിക്കുന്ന ഒരു മഹാഭാരമായിട്ടാണ് തീരുന്നത്. ഞാൻ ശ്വസിക്കുന്ന വായു ആകമാനം അസ്വാതന്ത്ര്യത്തിന്റെ വിഷബീജങ്ങളാൽ മലീമസമാ ണ്. ഞാൻ കഴിക്കുന്ന ആഹാരമെല്ലാം ദാസ്യത്തിന്റെ കല്ലുകടി ക്കുന്നവയാണ്. ഞാൻ ഉടുക്കുന്ന വസ്ത്രം പോലും അസ്വാതന്ത്ര്യ ത്തിന്റെ കാരിരുമ്പാണി നിറഞ്ഞതാണ്.

പ്രവർത്തിക്കുവാൻ എന്തെങ്കിലും ഉണ്ടായിരിക്കുക, സ്നേഹിക്കു വാൻ എന്തെങ്കിലും ഉണ്ടായിരിക്കുക, ആഗ്രഹിക്കുവാൻ എന്തെ ങ്കിലും ഉണ്ടായിരിക്കുക– ഈ മൂന്നിലുമാണ് ലോകത്തിലെ സുഖം അന്തർഭവിച്ചിരിക്കുന്നത്. ഇവയിലെല്ലാം എനിക്ക് നിരാശയാണ് അനുഭവം. എനിക്ക് ഏക രക്ഷാമാർഗ്ഗം മരണമാണ്. അതിനെ ഞാൻ സസന്തോഷം വരിക്കുന്നു. ആനന്ദപ്രദമായ ഈ വേർപാ ടിൽ ആരും നഷ്ടപ്പെടുന്നില്ല, ഞാൻ നേടുന്നുമുണ്ട്. മനസാ വാചാ കർമ്മണാ ഇതിൽ ആർക്കും ഉത്തരവാദിത്വമില്ല. സമുദായത്തിന്റെ സംശയദൃഷ്ടിയും നിയമത്തിന്റെ നിശിതഖഡ്ഗവും നിരപരാധിത്വ ത്തിന്റെ മേൽ പതിക്കരുതേ!

എനിക്ക് പാട്ടുപാടുവാൻ ആഗ്രഹമുണ്ട്; എന്റെ മുരളി തകർന്നു പോയി. കൂപ്പുകൈ!

കൊല്ലം

21–11–1111

ഇടപ്പള്ളി രാഘവൻപിള്ള

അസ്വാതന്ത്ര്യത്തിന്റെയും അവഗണനയുടെയും ലോകത്തുനിന്ന് സ്വയം അവസാനിപ്പിക്കുവാൻ തീരുമാനമെടുത്ത കവി എഴുതിയ കത്താണ് മുകളിൽ ചേർത്തത്. മരിക്കാൻ തീരുമാനിച്ചപ്പോഴും അത് മറ്റാർക്കും ദോഷകരമാവാതിരിക്കാൻ അദ്ദേഹം പ്രത്യേകം ശ്രദ്ധിച്ചിരുന്നു എന്നതാണ് പ്രാധാന്യമർഹിക്കുന്ന സംഗതി.

അറിവായ കാലം മുതൽ മരണാഭിമുഖ്യം പുലർത്തിയിരുന്ന വ്യക്തി

യായിരുന്നു ഇടപ്പള്ളി രാഘവൻപിള്ള. അദ്ദേഹത്തിന്റെ കവിതകളിലും വാക്കുകളിലും അത് വ്യക്തമായിരുന്നു. ആത്മഹത്യാ പ്രവണതയുള്ള ഒരു മനസ്സായിരുന്നു അദ്ദേഹത്തിന്റേത്. തന്നെയുമല്ല അമ്മ ജീവിതയാതനകളിൽ നിന്ന് രക്ഷപ്പെടാൻ ആത്മഹത്യ ചെയ്യുകയായിരുന്നു എന്നതും ഇടപ്പള്ളിയെ അത്തരം പ്രവൃത്തിയിലേക്ക് നയിച്ചു. അസ്വാത ന്ത്ര്യവും അരക്ഷിതത്ത്വവും ബാല്യകാലത്തിലേ ആ മനസ്സിൽ ഭീതിയുണർത്തിയിരുന്നു. കിട്ടേണ്ട സ്നേഹമോ വാത്സല്യമോ ലഭിച്ചില്ലെന്നു മാത്രമല്ല, അതിക്രൂരമായ മാനസിക ശാരീരിക പീഡനങ്ങൾക്ക് ഇരയാവുകയും ചെയ്തു. ഇടപ്പള്ളിയുടെ അതേ മാനസികാവസ്ഥ തന്നെയായിരുന്നു സഹോദരനും ഉണ്ടായിരുന്നത്. അതുകൊണ്ടാണ് രണ്ടാനമ്മയുടെ പീഡനങ്ങളിൽ നിന്ന് അയാൾ ഒളിച്ചോടുന്നത്. ഒളിച്ചോട്ടം ആത്മ ഹത്യ ചെയ്യാതിരിക്കാൻ അയാളെ സഹായിച്ചു. എന്നാൽ ഈ നിസ്സഹാ യാവസ്ഥയിലും പിടിച്ചു നിന്നതാണ് പിന്നീട് ഇടപ്പള്ളിയെക്കൊണ്ട് ആത്മ ഹത്യ ചെയ്യിക്കാനും ലോകത്തെ ഒരു നെഗറ്റീവ് കാഴ്ചപ്പാടിൽ കാണാനും പ്രേരിപ്പിച്ച സംഗതി.

മനഃശാസ്ത്രപരമായി നോക്കുകയാണെങ്കിലും ആത്മഹത്യാ പ്രവ ണതയുള്ള വ്യക്തിയായിരുന്നു ഇടപ്പള്ളി എന്ന് കാണാം. പ്രണയ നൈരാശ്യം ഉണ്ടായില്ലെങ്കിലും, അല്ലെങ്കിൽ കാമുകിയെ വിവാഹം കഴി ച്ചിരുന്നെങ്കിലും ഇടപ്പള്ളി ആത്മത്യ ചെയ്യുമായിരുന്നു. ആധുനിക വൈദ്യ ശാസ്ത്രപ്രകാരം അദ്ദേഹത്തിന്റെ മസ്തിഷ്കകോശങ്ങളുടെ ശാസ്ത്രീ യമായ പഠനം നടത്തുകയാണെങ്കിൽ ആത്മഹത്യാപ്രവണത പ്രകടിപ്പി ക്കുന്ന ജീനുകളെ കണ്ടെത്താൻ കഴിയും. ഒരുതരം തീവ്രമായ മാന സിക നിലയിലായിരുന്നു ഇടപ്പള്ളി. എന്തിനെയും അന്ധമായും അഗാധ മായും സ്നേഹിക്കുക അല്ലെങ്കിൽ വെറുക്കുക അതായിരുന്നു സമീപ നം. സ്നേഹം പോലും അസ്വാതന്ത്ര്യമായി കാണും അദ്ദേഹം. എല്ലാ കാര്യത്തിലും കാല്പനികമായ ഒരാസക്തി അദ്ദേഹം പുലർത്തിയിരുന്നു. ഇനിയുമേറെ ചെയ്യുവാനുണ്ടെന്ന് അദ്ദേഹം ചിന്തിച്ചില്ല. അല്പാല്പം മരിച്ചുകൊണ്ട് അവസാന ദിനത്തെ പ്രതീക്ഷിക്കുവാൻ അശക്തനാക്കി യത് മരണത്തോടുള്ള കാല്പനികമായ ഈ ആസക്തിയാണ്. സ്നേഹി ക്കുമ്പോഴും ദ്വേഷിക്കുമ്പോഴും മരണത്തെ മാത്രമാണദ്ദേഹം കാണുന്നത്. ഇതെല്ലാം ജീവിതത്തിലെ നൈരാശ്യത്തിൽ നിന്ന് മാത്രം ഉണ്ടാകുന്ന തല്ല. ജൈവപരമായി തന്നെ ഉണ്ടായിരുന്ന ചില ഘടകങ്ങളാണ് ആത്മ ഹത്യക്കു പിന്നിലെ ഹേതു. പട്ടിണിയും ദാരിദ്ര്യവും പ്രണയനൈരാശ്യ വുമൊക്കെ നിത്യസംഭവങ്ങളായ ഇവിടെ എത്രയെത്രപേർ ഇതിനോടകം സ്വയം മരിക്കണം? പലരും ഒരു ദിവസം കൂടി ജീവിക്കാൻ ആഗ്രഹിക്കു ന്നു. ജീവിതത്തിനും ഒരുലഹരിയുണ്ട്. ദുഃഖത്തിലും ആനന്ദിക്കാൻ കഴി യണം. ജീവിതത്തെ സ്നേഹിക്കണം.

'മണിനാദം,' 'നാളത്തെപ്രഭാതം' എന്നീ കവിതകൾ എഴുതി ഉടനേ പ്രസിദ്ധീകരിക്കണം എന്ന് പറഞ്ഞേല്പിച്ചിട്ടാണ് പത്രാധിപരുടെ

അടുത്തു നിന്ന് കവി പോയത്. ഇത് തന്റെ മരണസൂചകമായി രചിച്ചവ യായിരുന്നു എന്ന് പ്രസിദ്ധീകരിച്ചശേഷം മാത്രമാണ് ലോകം അറിയു ന്നത്. അപ്പോഴേക്കും അദ്ദേഹം ഈ ലോകം വിട്ടിട്ട് രണ്ട് ദിവസം കഴി ഞ്ഞിരുന്നു.

ഇടപ്പള്ളിയെ സംബന്ധിച്ചിടത്തോളം എല്ലാ സംഗതികളും മരണ ത്തിലേക്കുള്ള വഴിയാണ് തെളിച്ചത്. കുടുംബസാഹചര്യങ്ങൾ, അമ്മ, അച്ഛൻ, സഹോദരൻ, കാമുകി, ജോലി, പണം എല്ലാം കൈയൊഴിഞ്ഞ പ്പോൾ ശൂന്യതയിൽ നിന്നു പാടുവാൻ കവിക്കെന്നല്ല ആർക്കും കഴിയു മായിരുന്നില്ല.

തിരിച്ചെടുക്കാനാവാത്ത തരത്തിൽ അകന്നു പൊയ്ക്കളഞ്ഞല്ലോ എന്ന് പരിതപിക്കുകയല്ലാതെ സഹൃദയ ലോകത്തിന് എന്ത് ചെയ്യാൻ സാധിക്കും? ധീരമായ ആ പരിത്യാഗത്തെ അംഗീകരിക്കുകയല്ലാതെ....? ആത്മാർത്ഥതയോടെ കുറിച്ച കവിതകൾ ആദരവോടെ ആസ്വദിക്കുക യല്ലാതെ...? സ്നേഹപൂർണ്ണമായി ആ ഓർമ്മകൾ തലോടുകയല്ലാതെ...?

"മുന്നോട്ടു നോക്കിയാൽ ഘോര മഹാരണ്യം
പിന്നിലോ, ശൂന്യ മരുപ്പരപ്പും
കാലൊന്നിടറിയാൽ വീണുപോം ഗർത്തത്തിൻ
കൂലത്തിലാണു ഞാൻ നില്പതിപ്പോൾ
വില്ക്കാതിരിപ്പതുമെങ്ങനെ മൃത്യുവിൻ
വില്ക്കാശിനായിട്ടെൻ ജീവഭാരം!
മൃത്യോ, നിൻനാമം സ്മരിക്കുമ്പോളെന്താണെൻ -
ചിത്തമിത്തേറ്റം തുടിച്ചിടുന്നു?
ആതങ്കസിന്ധുവിലാണ്ടുപോമീയെനി-
ക്കാലംബം നീയല്ലാതാരുവേറെ?"

ഇടപ്പള്ളി
(നിരാശ)

2

ഇടപ്പള്ളിയും മലയാള കവിതയും

"ഭാവനയുടെ സഹായത്തോടെ സത്യത്തെ ആനന്ദവുമായി ബന്ധി പ്പിക്കുന്ന യുക്തിയുടെ വ്യാപാരമാണ് കവിത" എന്ന് ഡോ. ജോൺസൺ കവിതയെ നിർവ്വചിക്കുന്നു. ഭാവനയിലൂടെ സത്യത്തെ സാക്ഷാത്ക്കരി ച്ചവരാണ് കവികൾ എന്ന് പറയാം. ലോകോക്തികൾ, തത്ത്വചിന്താപര മായ ദർശനങ്ങൾ, സ്നേഹം, കരുണ, ദയ തുടങ്ങിയ മാനുഷിക വികാ രങ്ങളുടെ മഹത്ത്വവല്ക്കരണം, സാമൂഹ്യ പുരോഗതിയിലധിഷ്ഠിതമായ ചിന്തകൾ, സാമൂഹ്യ വിമർശനം, പൗരാണിക കഥാസന്ദർഭങ്ങളുടെ പുന രാവിഷ്കാരം തുടങ്ങി പ്രപഞ്ചത്തിലെ സകലതിനെയും കാവ്യവല്ക്ക രിക്കാൻ ഓരോ കാലഘട്ടത്തിലെയും കവികൾ ശ്രമിച്ചിരുന്നു. ഓരോ കാലത്തും പ്രസക്തമായ ചില പ്രവണതകൾ കവികൾ പ്രകടിപ്പിച്ചിരു ന്നു. കാവ്യത്തിന്റെ രൂപഭാവതലങ്ങളിലും ഭാഷയിലും ഇത് പ്രകടമായി രുന്നു. ക്ലാസ്സിക്, നവക്ലാസ്സിക് ഘട്ടങ്ങളിൽ നിന്നു ഭിന്നമായി കവിത നൈസർഗ്ഗികമായ ചില പ്രേരണകളിൽ നിന്നും ജന്യമാവാൻ തുടങ്ങിയ പ്പോഴാണ് കാല്പനികത എന്ന പ്രസ്ഥാനം ആവിർഭവിച്ചത്. വ്യക്ത്യനു ഭവങ്ങളിൽ നിന്നും വൈകാരികതീവ്രതയിൽ നിന്നും ഉറഞ്ഞൊഴുകുന്ന സ്നേഹപ്രവാഹമായി കവിത പരിണമിച്ചത് ഈ ഘട്ടത്തിലാണ്

മരണാഭിമുഖ്യം, ഏകാന്തത, അന്യവല്ക്കരണം, അസ്തിത്വബോധം, അപകർഷതാബോധം തുടങ്ങിയ ചില മാനസിക പ്രവേഗങ്ങൾക്കടിമ പ്പെട്ടവരായിരുന്നു കാല്പനികർ. അത് ഒരു കാലഘട്ടത്തിൽ മാത്രമല്ല, എല്ലാ കാലത്തും ഇത്തരം മാനസിക പ്രവണതകൾ ഉള്ള മനുഷ്യരും കവികളും ഉണ്ട് എന്നതാണ് വാസ്തവം. കാല്പനികന്റെ ഏറ്റവും പ്രധാന ഭാവം അയാളിലെ പ്രണയമാണ്. ആത്മാവിന്റെ ദാഹത്തെ, ശുദ്ധസൗന്ദ ര്യത്തോടുള്ള അദമ്യമായ തൃഷ്ണയെ, വേർപാടിന്റെ വേദനയെ, ലയന ത്തിന്റെ നിർവൃതിയെ അവയുടെ നൂറുനൂറു ഭാവങ്ങളിൽ അയാൾ പ്രണ

യത്തെ ആവിഷ്കരിക്കുന്നു. മാനുഷികമായ ഈ ഭാവത്തെ അതിന്റെ അഗാധതകളിലിറങ്ങിച്ചെന്ന് അഭൗമമായി, ഏകാഗ്രമായി അവതരിപ്പിക്കു ന്നതു കൊണ്ടാണ് കാല്പനിക പ്രേമകവിതകൾ സഹൃദയഹൃദയാ വർജ്ജകമായി ഭവിക്കുന്നത്. "കാല്പനിക പ്രേമകവിത ആത്മീയനിർവൃ തിയുടെ കവിത മാത്രമല്ല, അത് വികാരങ്ങളുടെ സൂക്ഷ്മവും പേലവവു മായ എല്ലാ ഭാവങ്ങളിലും അഭിരമിക്കുകയും പ്രേമത്തിന്റെ ഉത്ക ണ്ഠയ്ക്കും തൃഷ്ണയ്ക്കും വേദനയ്ക്കുമൊക്കെ രൂപം നല്കുകയും ചെയ്യുന്നു. എന്ന് ബി ഹൃദയകുമാരി *കാല്പനികത* എന്ന തന്റെ പുസ്ത കത്തിൽ കാല്പനികകവിതയെക്കുറിച്ച് പറഞ്ഞിരിക്കുന്നു.

കാല്പനികർ വസ്തുനിഷ്ഠതയ്ക്കല്ല, ആത്മനിഷ്ഠതയ്ക്കാണ് പ്രാധാന്യം കൊടുക്കുന്നത്. പ്രകൃതിസ്നേഹവും പ്രകൃത്യാരാധനയും, അലൗകിക പ്രണയവും ആദർശനിഷ്ഠമായ സ്വാതന്ത്ര്യവും കാല്പനി കന്റെ മറ്റു പ്രത്യേകതകളാണ്. കൂടാതെ, പശ്ചാത്താപം, ആത്മപീഡ നം, വൈകാരിക സന്തുലനമില്ലാത്ത മാനസികാവസ്ഥ, കാല്പനികമായ അഹംഭാവം, അപാരതയെക്കുറിച്ചുള്ള ചിന്തകൾ - ഇതെല്ലാം ചേർന്ന ബഹുമുഖമായ പ്രവണതയാണ് കാല്പനികത. ഈ കാല്പനികാംശ ങ്ങളെല്ലാം സ്വാംശീകരിച്ച കവിയായിരുന്നു ഇടപ്പള്ളി രാഘവൻപിള്ള. ജീവിതത്തിന്റെ സൗഗന്ധികങ്ങളെല്ലാം വാടിവീണ ഒരു തലത്തിൽ നിന്നാണ് അദ്ദേഹം ഉയിർക്കൊണ്ടുണർന്നത്. ഏകാകിയും ദുഃഖിതനു മായിരുന്ന അദ്ദേഹത്തിന്റെ മനസ്സിനെ ഗന്ധർവ്വംതുല്യമായ ഒരവസ്ഥയി ലേക്ക് എത്തിച്ചത് പ്രണയമായിരുന്നു. ഓരോ നിമിഷത്തിനും വൈകാ രികമായ അസ്തിത്വം സന്നിവേശിപ്പിക്കുകയാണ് അദ്ദേഹം ചെയ്തത്. സമൂഹത്തിനോടുള്ള എതിർപ്പ്, പ്രേമം, ദുഃഖം, നിരാശ, ഒറ്റപ്പെടൽ, മരണം, മരണാഭിവാഞ്ഛ ഇതെല്ലാം ഇടപ്പള്ളിക്കവിതകളിൽ അന്തർലീനമായി രിക്കുന്ന കാവ്യ-പ്രത്യേകതകളാണ്. കാല്പനിക കവിതകളുടെ എല്ലാ പ്രത്യേകതകളും ഒത്തിണങ്ങിയ കവിതകളാണ് ഇടപ്പള്ളിയുടേത്.

ജീവിതവും മരണവും പ്രണയവും പ്രണയഭംഗവും കെട്ടുപിണഞ്ഞു കിടക്കുന്ന സത്ത കാല്പനികവും അതിസങ്കീർണ്ണവുമായ ഒരവസ്ഥയായി ഇടപ്പള്ളിക്കവിതകളിൽ കണ്ടെത്താം. എന്തിനെയും ഒരു നഷ്ടബോധത്തി ന്റെതായ വൈയക്തികാനുഭവത്തിൽ കൊണ്ടെത്തിക്കാൻ കാല്പനിക കവികൾ ശ്രമിക്കാറുണ്ട്. സ്വർഗ്ഗീയാനുഭൂതികൾ സ്വപ്നം കാണുകയും അതിനെ താലോലിക്കുകയും ചെയ്യും. സ്വകാര്യമായി എന്നാൽ സാമൂ ഹ്യമായ സദാചാരമൂല്യങ്ങൾ അല്ലെങ്കിൽ സാമൂഹ്യാസമത്വത്തിന്റെതായ കരാളഹസ്തങ്ങൾ കാവ്യഹൃദയത്തെ നിരന്തരം തല്ലിക്കൊണ്ടിരിക്കുന്ന തായി സ്വയം തിരിച്ചറിയുകയും ചെയ്യും. അതിന്റെ ഫലമായി മാനസിക മായി അന്തഃസംഘർഷത്തിന്റെ പരകോടിയിലെത്തുന്നു കവി. സകല തിലും കുറ്റം കാണുകയും തന്നെത്തന്നെ ത്യജിക്കുവാൻ സന്നദ്ധനാവു കയും ചെയ്യും. ഗർഭപാത്രത്തിൽ നിന്നും പുറത്തുവന്ന കുഞ്ഞിന് ചുറ്റു പാടുമായി പൊരുത്തപ്പെടാൻ പറ്റാത്തപോലെ കാല്പനികനും ബാഹ്യ

ലോകത്തിന്റെ സ്പർശമേല്ക്കുമ്പോൾ അസ്വസ്ഥനാവുന്നു. തിരിച്ചറി
വുള്ള വിവേകിയാണെങ്കിലും അവിവേകിയെപ്പോലെ പെരുമാറുന്നു. മര
ണവും ജീവിതവും നിസ്സാരമായി കാണുന്നു, അന്തസ്സാര ശൂന്യമായി
അനുഭവിക്കുന്നു.

കാല്പനികനും സമൂഹവും തമ്മിൽ സദാ അസ്വാരസ്യത്തിലായി
രിക്കും. കാരണം സമൂഹത്തിന്റെ നിയമങ്ങളും ആചാരങ്ങളും പിന്തുടരു
വാൻ അയാൾക്കാവുകയില്ല. സാങ്കല്പികമായ ഒരു ലോകത്തിലായി
രിക്കും കാല്പനികകവി എപ്പോഴും. തന്റെ ഇഷ്ടങ്ങൾക്കനുസരിച്ചുള്ള
ഒരു പൂർണ്ണലോകമാണ് അയാൾക്കുള്ളിലുള്ളത്. എന്നാൽ ബാഹ്യലോ
കമാകട്ടെ അപൂർണ്ണവും അവ്യവസ്ഥിതവുമാണ് അയാളുടെ കാഴ്ചപ്പാ
ടിൽ. അതിനാൽ ബാഹ്യലോകവുമായി പൊരുത്തപ്പെടാൻ സാധിക്കാതെ
നിരന്തരം കലഹിക്കുകയും അതിന്റെ ഫലമായി ഇച്ഛാഭംഗത്തിലകപ്പെ
ടുകയും ചെയ്യും. ഇടപ്പള്ളിയുടെ മനസ്സും ഇതുപോലെയാണ് പ്രവർത്തി
ച്ചിരുന്നത്. സമൂഹം അദ്ദേഹത്തെ ഇറക്കിവിടുകയാണ് ചെയ്തത്. ജാതീ
യമായ അധഃകൃതത്വം ഇല്ലാതിരുന്നിട്ടും വിദ്യാഭ്യാസപരമായി ഉന്നതി
യിലായിരുന്നിട്ടും തിരസ്കൃതനാകുന്ന ഒരു ചെറുപ്പക്കാരന്റെ, കാല്പനി
കമായ യൗവ്വനത്തിന്റെ പ്രതികരണം ഇതിനേക്കാൾ തീക്ഷ്ണമാവാതി
രിക്കുവാൻ ഒരു സാദ്ധ്യതയുമില്ല. അത്രത്തോളം വേദന അയാൾക്ക് സമൂ
ഹത്തിൽ നിന്നും ഏറ്റുവാങ്ങേണ്ടി വന്നു. മൂല്യങ്ങളേക്കാൾ അമൂല്യങ്ങ
ളായ ചിലത് നഷ്ടപ്പെട്ടപ്പോൾ ആ ഹൃദയത്തിന്റെ അടരുകൾ പൊട്ടിപ്പൊ
ളിഞ്ഞു പോയി. മുൻപിൻ നോക്കാതെ മരണത്തിന്റെ തടാകവിസ്തൃതി
യിലേക്ക് അദ്ദേഹത്തിന് ആഴ്ന്നിറങ്ങുകയേ നിവൃത്തിയുണ്ടായിരുന്നുള്ളൂ.
ജീവിതത്തിന്റെ ആനന്ദതലങ്ങളെ അദ്ദേഹം ഏറ്റവും അധികം
സ്നേഹിച്ചു. ചിരിച്ചും സന്തോഷിച്ചും ജീവിക്കണമെന്നാഗ്രഹിച്ചു. പക്ഷേ
കരയാനായിരുന്നു വിധി.

കാല്പനികന്റെ ഏറ്റവും പ്രധാനപ്പെട്ട മറ്റൊരു പ്രത്യേകത
സ്വാതന്ത്ര്യ ബോധമാണ്. അയാൾ വളരെ സൂക്ഷ്മാർത്ഥത്തിലാണ്
സ്വാതന്ത്ര്യത്തെ വ്യവച്ഛേദിക്കുക; വിവക്ഷിക്കുക. ചെറിയൊരു തടസ്സം
മതി അസ്വാതന്ത്ര്യം വന്നുകൂടാൻ. തൽഫലമായി പെട്ടെന്ന് ദുഃഖിതനാ
വുകയും ചെയ്യും. എല്ലാവരും തനിക്കെതിരാണെന്ന് സ്വയം തീരുമാനി
ക്കും. പിന്നെ സമൂഹത്തോട് കാല്പനികമായിത്തന്നെ കലഹിക്കും.
ഇതൊക്കെ കാല്പനികന്റെ സ്വഭാവങ്ങളിൽ ചിലതാണെങ്കിലും ഇടപ്പ
ള്ളിയുടെ കാര്യത്തിൽ ഇവയെല്ലാം വലിയൊരു അർത്ഥത്തിൽ വേണം
നോക്കിക്കാണുവാൻ. ഒരുപക്ഷേ, അദ്ദേഹത്തിന്റെ മനോഘടനയുടെ
പ്രത്യേകത കൊണ്ടാവാം അപ്രകാരമൊക്കെ സംഭവിച്ചിരിക്കുക. "സ്വാത
ന്ത്ര്യത്തിനു കൊതിയും അടിമത്തത്തിന് വിധിയും" എന്ന് 'അന്ത്യസ
ന്ദേശ'ത്തിൽ കുറിച്ചത് കാല്പനികമായ സ്വാതന്ത്ര്യബോധത്തിലാണ്.
"ഈ ഔദാര്യമെല്ലാം എന്റെ ആത്മാഭിമാനത്തെ പാതാളം വരെയും മർദ്ദി
ച്ചുകൊണ്ടിരിക്കുന്ന ഒരു മഹാഭാരമായിട്ടാണ് തീരുന്നത്. ഞാൻ ശ്വസി

ക്കുന്ന വായു ആകമാനം അസ്വാതന്ത്ര്യത്തിന്റെ വിഷബീജങ്ങളാൽ മലീ
മസമാണ്. ഞാൻ കഴിക്കുന്ന ആഹാരമെല്ലാം ദാസ്യത്തിന്റെ കല്ലുകടി
ക്കുന്നവയാണ്. ഞാൻ ഉടുക്കുന്ന വസ്ത്രം പോലും പാരതന്ത്ര്യത്തിന്റെ
കാരിരുമ്പാണി നിറഞ്ഞതാണ്" എന്ന് അദ്ദേഹത്തെക്കൊണ്ടെഴുതിച്ചതും
പാരതന്ത്ര്യത്തിന്റെതായ ഈ ലോകത്തിൽ നിന്നും സ്വതന്ത്രനാകുവാ
നായി മരണത്തെ പ്രാപിക്കുവാൻ പ്രേരിപ്പിച്ചതും കാല്പനികന്റെ സ്വാത
ന്ത്ര്യബോധമാണ്. ശ്വസിക്കുന്ന വായുവിൽ പോലും അസ്വാതന്ത്ര്യത്തെ
കാണുന്ന ഒരാൾക്ക് ജീവിതത്തെ നിലനിർത്തുവാൻ കഠിനമായ യത്നം
തന്നെ വേണം. ആ യത്നത്തിൽ പരാജയപ്പെട്ടേ മതിയാകൂ എന്ന് മന
സ്സിലാക്കി സ്വയം സൃഷ്ടിക്കപ്പെട്ട ഈ കഠിനവേദനയുടെ ആഴം
ഒരാൾക്കും തിരിച്ചറിയുവാൻ കഴിയില്ല. കാരണം അതനുഭവിക്കുന്ന
ആൾക്കു മാത്രമേ അതിന്റെ തീവ്രത ഉൾക്കൊള്ളാനാവൂ. മോചനം മര
ണമെന്ന നിത്യസത്യം മാത്രം.

> "മധുരചിന്തകൾ മാഞ്ഞുപോയ്ടവേ,
> മരണമാണിനില്ലജ്ജീവിച്ചിരിക്കുവാൻ
> ഇരുളിലാരുമറിയാതെയെത്രനാൾ
> കരളുനൊന്തു ഞാൻ കേഴുമനർഗ്ഗളം
> ഹൃദയമില്ലാത്ത ലോകമേ, യെന്തിനാ-
> യതിനു കാരണം-ചോദിപ്പൂ നീ സദാ?"

('മണിനാദം')

എന്ന് 'മണിമുഴക്ക'ത്തിലൂടെ കവി ചോദിക്കുന്നു.

ആന്റണി മുനിയറ ഇപ്രകാരം പറയുന്നു:

> പ്രണയ നൈരാശ്യം മൂലം ആത്മഹത്യ ചെയ്യുകയായിരുന്നു എന്ന്
> ലാഘവബുദ്ധിയോടെ പറയുന്ന ഏതൊരാൾക്കും അദ്ദേഹത്തിന്റെ
> കാവ്യലോകത്തുകൂടി മനസ്സിന്റെ കവാടങ്ങൾ മലർക്കെത്തുറന്ന്
> കടന്നു പോകാൻ കഴിഞ്ഞാൽ കാരണങ്ങളൊന്നുമുണ്ടായിരുന്നി
> ല്ലെങ്കിലും അദ്ദേഹം മരണത്തെ വാരിപ്പുണരുമായിരുന്നെന്ന് മന
> സ്സിലാക്കാം. അത്രയേറെ തീവ്രവും അപ്രതിഹതവുമായ മരണ
> വാഞ്ഛ നിറഞ്ഞു നിന്ന മനസ്സായിരുന്നു ഇടപ്പള്ളിയുടേത്. അസാ
> ധാരണമായ മൃത്യുന്മുഖത തനിക്കു തന്നെ അസഹനീയമായി
> തോന്നിയതിനാൽ അതിനൊരു പരിഹാരം കണ്ടെത്താൻ കവി
> യുടെ ബോധമനസ്സു നടത്തിയ ശ്രമത്തിന്റെ ഫലമാണ് സമൂ
> ഹത്തെ വില്ലനായി കല്പിച്ചു കൊണ്ടെഴുതിയ കവിതകൾ.

ഇടപ്പള്ളിയുടെ മനസ്സിനെ കൃത്യമായി രേഖപ്പെടുത്തിയ ഒരു കാഴ്ച
പ്പാടാണിത്. പ്രണയ നൈരാശ്യമില്ലാതെ, പ്രണയം സാഫല്യത്തിലെത്തി
യിരുന്നെങ്കിലും ഇടപ്പള്ളി സ്വയം ഹത്യ ചെയ്യുമായിരുന്നു. കാരണം,

സ്നേഹം പോലും അസ്വാതന്ത്ര്യമായി അദ്ദേഹം അനുഭവിച്ചേനെ.
പ്രണയം എന്നും മരണത്തിനോടായിരുന്നു എന്നതാണ് വാസ്തവം.

"അഴകിന്റെ തൂവെള്ളിക്കിണ്ണമെല്ലാ-
മഴലു നിറഞ്ഞവയായിരുന്നു;
സ്ഫടികാഭമാകുമരുവികൾത-
ന്നടിയെല്ലാം പങ്കിലമായിരുന്നു."

('അപരാധി')

എന്നും
"നരജന്മം തന്ത്രീരഹിതമാകുമൊരു വീണ"

യാണെന്നും 'അപരാധി' എന്ന കവിതയിൽ പറഞ്ഞിരിക്കുന്നത് ഇട
പ്പള്ളിയുടെ മനസ്സിനെ അനാവരണം ചെയ്യുന്നു. സൗന്ദര്യത്തിനടിയിൽ
വേദനയും നിഗൂഢമായ മരണവുമാണ് കവി കാണുന്നത്. സ്ഫടികതു
ല്യമായ ജലമൊഴുകുന്ന നദിപ്പരപ്പു കണ്ടാൽ മനം കവരും. എന്നാൽ
അതിനടിത്തട്ടിൽ ചേറും ചെളിയുമാണ്, സങ്കീർണ്ണതകളാണ് എന്ന തിരി
ച്ചറിവ് കാല്പനിക മനസ്സിന്റെ പ്രതിഫലനമാണ്. മനുഷ്യ ജീവിതത്തിന്റെ
ആത്യന്തികമായ ലക്ഷ്യം മരണമാണ്. അവിടേക്കെത്തുവാനായിട്ടാണ്
അവന്റെ യാത്ര മുഴുവൻ. ജിജ്ഞാസയോടെയുള്ള ആ കാത്തിരിപ്പ് അസ
ഹനീയമാണ് കവിക്ക് എന്ന് 'അന്ത്യസന്ദേശ'ത്തിൽ കുറിച്ചിട്ടുമുണ്ട്. ("ഇ
ങ്ങനെ അല്പാല്പം മരിച്ചുകൊണ്ട് എന്റെ അവസാനദിനത്തെ പ്രതീ
ക്ഷിക്കുവാൻ ഞാൻ അശക്തനാണ്-" 'അന്ത്യസന്ദേശം')

പ്രണയവും മൃത്യുബോധവും ഇഴപിരിക്കാനാവാത്ത സത്തയായി
ഇടപ്പള്ളിയുടെ കാവ്യ ജീവിതത്തെ നയിച്ചുകൊണ്ടിരുന്നു. ആജീവനാന്തം
ഒരു തീവ്ര കാല്പനികനായിരുന്നു ഇടപ്പള്ളി എന്ന് പറയാവുന്നതാണ്.
കാവ്യത്തിന്റെ പ്രമേയത്തിലും ഭാവത്തിലും രൂപത്തിലും കാല്പനികത
നിലനിർത്തിയിരുന്നു അദ്ദേഹം. അത് കൃത്രിമമായിട്ടല്ല നൈസർഗ്ഗികമായ
സർഗ്ഗക്രിയയായിരുന്നു. അതാണ് ഇടപ്പള്ളിക്കവിതയെ ഇത്രയേറെ ജന
സ്വീകാരിയും പഠനീയവുമാക്കിത്തീർത്ത സംഗതി.

3

ഇടപ്പള്ളിയും ചങ്ങമ്പുഴയും

ചങ്ങമ്പുഴ കൃഷ്ണപിള്ളയും ഇടപ്പള്ളി രാഘവൻപിള്ളയും ഒരേ വൃക്ഷത്തിലെ ശാഖകളായിരുന്നു. ഒരേ ഞെട്ടിൽ വിരിഞ്ഞ രണ്ടു പുഷ്പ ങ്ങളായിരുന്നു. എങ്കിലും രണ്ടു ഗന്ധമായിരുന്നു അവയ്ക്ക്. സ്വപ്നങ്ങളും വർണ്ണങ്ങളും കൊണ്ട് അവർ വിരിഞ്ഞു വിലസുവാൻ നിതാന്തമായ പരി ശ്രമത്തിലേർപ്പെട്ടു. ദാരിദ്ര്യവും അവഗണനയും ഒരുപോലെ അനുഭവിച്ചു. കാലഘട്ടത്തിന്റെ ചില നെരിപ്പോടുകളെ നിരന്തരം താലോലിച്ചു. പ്രണ യത്തിൽ മാത്രം അഭയം കണ്ടെത്തി. ഒരാൾ മൃത്യുവിന്റെ സവിധത്തി ലേക്ക് എടുത്തു ചാടിയപ്പോൾ മറ്റേയാൾ സാവധാനം അവിടേക്കു തന്നെ എത്തിച്ചേർന്നു.

ആത്മാനുതാപവും അതിഭാവുകത്വവും ദുഃഖഭരിതവും ഇവരുടെ സമാനധർമ്മങ്ങളായിരുന്നു. ഭാവനാലോകവും യഥാർത്ഥ ലോകവും തമ്മിലുള്ള വൈരുദ്ധ്യം ഇവരെ രണ്ടുപേരേയും ഒരു പോലെ പീഡിപ്പിച്ചു. ആ വൈരുദ്ധ്യം നിയതിയുടെ നിയതസ്വഭാ വമാണെന്നറിഞ്ഞ് അതിനോട് പൊരുത്തപ്പെട്ട്, ഓളത്തിനൊപ്പം ഒഴുകാനുള്ള പരിശീലനം നേടി, തടി കാത്തുപോരുകയെന്ന ജീവിത പ്രക്രിയ മെരുക്കിയെടുക്കാൻ അവർക്കു കഴിഞ്ഞില്ല, മര ണമെന്ന ആശയത്തോട് അവരുടെ ആത്മാവ് ഹർഷത്തോടെ സല്ല പിച്ചു. രാഘവൻപിള്ള മരണത്തിന്റെ ഗളത്തിൽ പെട്ടെന്ന് മാലയി ട്ടു. അതൊരു സദ്യോവരണമായിരുന്നു. ദീർഘമായ പ്രീണനങ്ങളോ അനുനയങ്ങളോ ഉണ്ടായില്ല. കൃഷ്ണപിള്ളയുടെ അനുരാഗപ്രക ടനഘട്ടം കുറേക്കൂടി ദീർഘമായിരുന്നു. മന്ദഗതിയിലുള്ള ഒരു സ്വയംവരം. സമുദായ ശാസ്ത്രജ്ഞന്മാർ പറഞ്ഞേക്കും അവരുടെ മൃത്യുവാഞ്ഛ കാലഘട്ടത്തിന്റെ സൃഷ്ടിയാണെന്ന്. സാമ്പത്തി

കമായ അവനതാവസ്ഥ ജനമനസ്സിൽ പരത്തിയ നൈരാശ്യത്തി
ന്റെയും ശൂന്യതയുടെയും പ്രതിഫലനമാണെന്ന്; വിപ്ലവബോധം
മാത്രമേ അതിന് പ്രതിവിധി ആകുമായിരുന്നുള്ളൂ എന്ന്.
ഇതൊക്കെ സത്യങ്ങൾ തന്നെ. മറ്റു ചിലതും കൂടിച്ചേരുമ്പോഴേ
സത്യം മുഴുവനാവുന്നുള്ളൂ. സമൂഹാത്മാവിനു കാലത്തോടുള്ള
സമ്പർക്കത്തിൽ നിന്നുണ്ടായ സന്തതികളാണവരുടെ കവിതകൾ.
സമൂഹത്തിന്റെ മുഖംമൂടികളോടുള്ള ഒരു തീവ്രപ്രതിഷേധമായി
രുന്നു അവരുടെ മൃത്യുവാഞ്ഛ. (ഡോ. എം ലീലാവതി, *മല
യാളകവിതാ സാഹിത്യ ചരിത്രം*)

ഇടപ്പള്ളിയെയും ചങ്ങമ്പുഴയെയും കുറിച്ച് ലീലാവതി ടീച്ചറിന്റെ
ഈ അഭിപ്രായം ശ്രദ്ധേയമായ നിരീക്ഷണമാണ്.

ഒരേ കാലത്ത് ഒരേ ദേശത്ത് ഒരേ സാഹചര്യങ്ങളിൽ കവികളായി
ജീവിച്ച കൂട്ടുകാരായിരുന്നു അവർ. സാഹിത്യസമാജങ്ങളിലും ചർച്ചക
ളിലും കവിയരങ്ങുകളിലും ഒരുമിച്ചിരുന്നവർ. കവിതയെ ഒരുപോലെ
പ്രണയിച്ചിരുന്നവർ. എന്നാൽ ചിലപ്പോഴെല്ലാം വ്യത്യസ്തമായി പ്രതിക
രിച്ചിരുന്നവർ ആയിരുന്നു അവർ. ഇടപ്പള്ളി തന്റെ സ്വകാര്യദുഃഖങ്ങൾ
ചങ്ങമ്പുഴയോടു പറഞ്ഞിരുന്നില്ലെങ്കിലും പ്രണയബന്ധത്തെക്കുറിച്ചും
മരണത്തെക്കുറിച്ചുമൊക്കെ സൂചിപ്പിച്ചിരുന്നു എന്ന് വേണം കരുതാൻ.
നിസ്സാരമായൊരു പെണ്ണിനു വേണ്ടി ജീവിതം നശിപ്പിക്കരുതെന്ന് ചങ്ങ
മ്പുഴ കവിതയിലൂടെ ഇടപ്പള്ളിയോട് പറയുകയുണ്ടായി. ഇങ്ങനെ
യൊക്കെ ഇടപ്പള്ളിയെ സമാശ്വസിപ്പിച്ച് നിർത്തിയിരുന്നതിനിടയ്ക്കാണ്
അദ്ദേഹത്തിന്റെ ആത്മഹത്യയെക്കുറിച്ച് ചങ്ങമ്പുഴ അറിയാനിടയായത്.
ആ ദുഃഖം ഒരിക്കലും താങ്ങുവാൻ ചങ്ങമ്പുഴയ്ക്കാവില്ലായിരുന്നു. ആ
വേദനയാണ് 'രമണ'നായി രൂപാന്തരപ്പെട്ടത്.

"നീലക്കുയിലേ, നിരാശയിൽ നിൻ
നീരും മനസ്സുമായ് നീ മറഞ്ഞു
കേൾക്കുകയില്ലിനി മേലിൽ നിന്റെ
നേർത്തു നേർത്തുള്ള കളകളങ്ങൾ
ഇന്നോളമീമലർത്തോപ്പിൽ നമ്മ
ളൊന്നിച്ചു ചേർന്നു പറന്നുപാടി
ഇന്നേവമെന്നെത്തനിച്ചു വിട്ടി-
ട്ടെങ്ങുനീ, യയ്യോ! പറന്നൊളിച്ചു?
ഓമനപ്പിഞ്ചിളം പൂങ്കുയിലേ,
നീമമ പ്രാണനും പ്രാണനല്ലേ?
എന്നിട്ടുമെന്നിട്ടു മീവിധം നീ
യെന്നെയെന്നേക്കും വെടിഞ്ഞുവല്ലോ?
നിന്നാത്മശാന്തിക്കു വേണ്ടിമാത്ര
മെന്നുമീതോഴൻ ഭജിച്ചു കൊള്ളാം

വെൽക നീ സൗഹൃദപ്പൊന്നലുക്കേ
വെൽക നീ വിണ്ണിൻ കെടാവിളക്കേ..."

എന്ന് ചങ്ങമ്പുഴ തകർന്ന മുരളിയിൽ വിലപിക്കുന്നു.

കുട്ടിക്കാലം മുതൽ എന്നോടൊരുമിച്ചു വളർന്നുവന്ന എന്റെ ഓമ
നച്ചങ്ങാതിയും ആധുനിക ഭാഷാ സാഹിത്യത്തിലെ ഒരുജ്ജ്വലന
ക്ഷത്രം ഇന്നോളം ഒരാദർശപരമായ ജീവിതം നയിച്ച്, കേവലം
അവിചാരിതമായി അതിനെ മരണത്തിന്റെ മുന്നിൽ സമർപ്പിച്ചിട്ട്
എന്നെന്നേക്കുമായി വേർപെട്ടുപോയ ഒരാത്മസുഹൃത്തുമായ
ശ്രീമാൻ. ഇടപ്പള്ളി രാഘവൻപിള്ളയുടെ പ്രാണത്യാഗത്തിലുള്ള
അനുശോചനം.

എന്ന അടിക്കുറിപ്പുമായാണ് 1936 ജൂലൈ 20 ലെ *മാതൃഭൂമി* ആഴ്ച
പ്രതിപ്പിൽ 'തകർന്ന മുരളി' എന്ന കവിത അച്ചടിച്ചു വന്നത്. ഇടപ്പള്ളിയു
മായി ചങ്ങമ്പുഴയ്ക്കുള്ള ആത്മബന്ധം ഇതിൽ നിന്നും വ്യക്തമാണ്.
ഇക്കവിത എഴുതിയിട്ടും ആ സ്നേഹത്തിന്റെ ആഴവും വേർപാടിന്റെ
വേദനയും പറഞ്ഞു തീർക്കുവാൻ ചങ്ങമ്പുഴയ്ക്കു കഴിയാ
ത്തതുകൊണ്ടാണ് *രമണൻ* എന്ന ആരണ്യക വിലാപകാവ്യം രചിക്കു
ന്നത്.

ഇടപ്പള്ളിയെ അനശ്വരനാക്കിത്തീർക്കുവാൻ *രമണനു* കഴിഞ്ഞു. ഇട
പ്പള്ളിയുടെ തീവ്രസ്നേഹവും ആ സ്നേഹത്തിനു വിലങ്ങുതടിയായി
നിന്ന സാമൂഹിക നീതിയും സാമ്പത്തിക അസമത്വങ്ങളും പുറത്തിടു
വാൻ ചങ്ങമ്പുഴ ശ്രമിച്ചു. ധനിക കുടുംബക്കാരോട് ചങ്ങമ്പുഴയ്ക്കുള്ള
അമർഷവും ഈ കാവ്യത്തിലുണ്ട്. വിദ്യാഭ്യാസവും കവിത്വവുമൊക്കെ
സമ്പത്തിനു മുന്നിൽ, ആഢ്യത്വത്തിനു മുന്നിൽ ഒന്നുമല്ലാതാവുന്നത് ചങ്ങ
മ്പുഴയെ നിരാശനാക്കി. ഉള്ളൂരിന്റെ അവതാരികക്കുറിപ്പോടെ കവിതാ
പുസ്തകം പ്രസിദ്ധീകരിച്ച ഒരു യുവകവിയെ സമൂഹം അംഗീകരിക്കാ
തെ, ആഢ്യത്വം തിരസ്കരിച്ചതിലുള്ള പ്രതിഷേധം *രമണനിൽ* വായി
ക്കാം. 'രമണൻ' എന്ന പേരുപോലും 'മരണൻ' എന്നതിന്റെ പ്രതിധ്വനി
യാണ്. മരണത്തിൽ രമിക്കുന്നവനായിരുന്നു ഇടപ്പള്ളി. അതിനാൽ ആ
പേര് എത്രയോ അമ്പർത്ഥമായിരിക്കുന്നു. ഒരു ഘട്ടത്തിൽ ചന്ദ്രിക പറ
യുന്നു.

"എന്തുവന്നാലുമെനിക്കാസ്വദിക്കണം
മുന്തിരിച്ചാറുപോലുള്ളൊരു ജീവിതം,"

എന്ന്. മാതാപിതാക്കൾ മുന്നിൽ നിന്ന് കരയുമ്പോൾ പെൺകുട്ടിക്ക് ഒന്നും
ചെയ്യുവാൻ നിവൃത്തിയില്ല. അച്ഛനുമമ്മയും ഒരുവശത്ത്, കാമുകൻ മറു
വശത്തും. അവൾക്ക് ത്രാസിൽ വച്ച് തൂക്കിയപ്പോൾ ഭാരമേറിയതായി
തോന്നിയത് മാതാപിതാക്കളിലാണ്. അവൾ അവരുടെ ഭാഗം ചേർന്നു.

ഇടപ്പള്ളിയും അതുപോലെ മുന്തിരിച്ചാരു പോലെയുള്ള ജീവിതം ആസ്വ ദിക്കാൻ ശ്രമിച്ചിരുന്നെങ്കിൽ എന്ന് ഓർത്തുപോകുന്നു.

രമണനിലൂടെ ഒരു മനുഷ്യന്റെ മരണത്തെ ആഘോഷിക്കുകയായി രുന്നോ ലോകം എന്നുപോലും സഹൃദയന് തോന്നിപ്പോകുന്ന തരത്തി ലായിരുന്നു അതിന്റെ വില്പന. മരണത്തെ ആഘോഷിക്കലായിരുന്നോ ഒരു കവിയോടുള്ള ആദരവായിരുന്നോ ആദർശപ്രണയത്തിന്റെ പേരി ലുള്ള താല്പര്യമായിരുന്നോ രമണനെ ഇത്രയേറെ സ്വീകാര്യനാക്കിയത് എന്നത് ചിന്തിക്കേണ്ട വസ്തുതയാണ്. അല്ലെങ്കിലും സമൂഹം പല പ്പോഴും അങ്ങനെയാണ്, ഒരു രക്തസാക്ഷി ഉണ്ടാകുമ്പോഴേ തിരിച്ചറി യപ്പെടൂ. രക്തസാക്ഷിത്വത്തിലൂടെപ്പോലും തിരുത്തുവാനാകാത്ത പ്രശ്ന ങ്ങൾ ഇന്നും തുടരുമ്പോൾ, കാലപ്രവാഹത്തിൽ എല്ലാ മുറിവുകളും മായ്ച്ചുകളയപ്പെടും. എങ്കിലും,

"യുക്തിവാദത്തിന്റെ സീമകൾക്കും
ശുഷ്കസമുദായ നീതികൾക്കും
അപ്പുറം നില്ക്കുന്നതാണുലകിൽ
നിഷ്ഫലമെങ്കിലുമെന്റെ രാഗം."

(രമണൻ)

എന്ന് രമണൻ പറയുന്നത് ഇടപ്പള്ളിയുടെ കാര്യത്തിലും സത്യമാണ്. നിഷ്ഫലമായ ആ രാഗത്തിന്റെ തീവ്രത എത്രത്തോളമെന്നൂഹിക്കാവു ന്നതേയുള്ളൂ. ഇപ്രകാരം തീവ്രാനുരാഗത്തിന്റെ ഗീതങ്ങൾ പാടി മലയാള കവിതയെ ധന്യാത്മകമായ മുഴക്കത്തിലൂടെ പ്രണയിച്ച കവിയായിരുന്നു ഇടപ്പള്ളി രാഘവൻപിള്ള.

4

ആത്മഹത്യയും പ്രണയവും

അസ്വാഭാവിക മരണങ്ങളിൽ ഒന്നാണ് ആത്മഹത്യ. ജീവിതത്തെ സ്വയം ത്യജിക്കുകയാണ് ആത്മഹത്യയിലൂടെ. ആത്മഹത്യ ഭീരുത്വമാ ണെന്നും, അസാമാന്യധൈര്യമാണെന്നും പറയുന്നവരുണ്ട്. ജീവിതത്തോ ടോ, സാഹചര്യങ്ങളോടോ അസഹനീയമായ അനുഭവങ്ങളോടോ ഉള്ള സഹജമായ ചില പ്രതികരണമാണ് മരണമായി പരിണമിക്കുന്നത്. താങ്ങാ നാകാത്ത ചിലത് വന്നു ഭവിക്കുമ്പോൾ തരണം ചെയ്യുവാൻ മരണത്തെ ആശ്രയിച്ചു പോകയാണ് ചെയ്യുന്നത്. പലപ്പോഴും മരണം ദാർശനിക മായ ഒരു കണ്ടെത്തലായി മാറുന്നു. ഒരുപക്ഷേ, വിധിയെന്നോ നിയോഗ മെന്നോ ഒക്കെ പറയുന്ന ഒരദൃശ്യ ശക്തിയുടെ കരങ്ങളാകാം ആത്മഹ ത്യയ്ക്കു പിന്നിൽ സംഭവിക്കുക. ജനിക്കുമ്പോൾ തന്നെ നമ്മോടുകൂടി മരണവും നടക്കുന്നു. ജീവിതനാടകം തീരുമ്പോൾ യവനികയായി അത് പ്രവർത്തിക്കുന്നു. നമ്മുടെ നിരന്തരമായ യാത്ര മരണത്തിലേക്കാണ് എന്നതാണ് വാസ്തവം. രാത്രിയും പകലും വന്നുപോകുമ്പോൾ നമ്മൾ മരണത്തിലേക്ക് അടുക്കുകയാണ് ചെയ്യുന്നത്. മരണാനന്തരം ജീവിത മുണ്ടോ ജനനത്തിനും മുമ്പ് ജന്മാന്തരമുണ്ടായിരുന്നോ എന്നതൊക്കെ അജ്ഞാതമായ ഉത്തരങ്ങളുടെ ശ്രേണിയിൽ കിടക്കുമ്പോഴും മരണം എന്ന സത്യം ജീവിതമെന്ന മിഥ്യയിൽ കിടന്നു കറങ്ങുകയാണ്. ജീവി തത്തെ അങ്ങേയറ്റം സ്നേഹിക്കണമെന്നും ആസ്വദിക്കണമെന്നും ആഘോഷിക്കണമെന്നുമാണ് ഇന്നത്തെ തലമുറയുടെ മുദ്രാവാക്യം. ജീവിതത്തിന്റെ രഹസ്യം മരണമാണെന്നതാണ് സത്യം. നാം എന്നു മരിക്കും എന്ന് നേരത്തെ അറിഞ്ഞുകഴിഞ്ഞാൽ ജീവിതത്തിന് എന്ത് രസമാണുള്ളത്? ജോലി കിട്ടിയാൽ 56 വയസ്സിൽ വിരമിക്കണം എന്ന് പ റയുന്നതുപോലെ ജനിച്ചാൽ എല്ലാവരും ഇത്ര വയസ്സിൽ മരിക്കണമെ ന്നാണു നിയമമെങ്കിൽ ജീവിതത്തിന്റെ പ്രതീക്ഷകൾ, സ്വപ്നങ്ങൾ,

സാക്ഷാത്ക്കാരങ്ങൾ ഒന്നും തന്നെ സ്വാഭാവികമായി മാറുകയില്ല. അപ്ര തീക്ഷിതമായി വന്നുകയറുന്നതാണ് മരണം. ജീവിതപ്രണയത്തോടൊപ്പം മനുഷ്യനിൽ ഉൾച്ചേർന്ന ഒരു ഭാവമാണ് മരണവസാന. ജീവിതപ്രണയ നാടകം വിജയകരമായി പൂർത്തീകരിച്ചെന്ന് ചാരിതാർത്ഥ്യം ഉണ്ടാവു കയോ ജീവിതത്തേക്കാൾ മരണം കൊണ്ട് നേട്ടമുണ്ടാക്കാൻ സാധിക്കു മെന്ന് ബോദ്ധ്യപ്പെടുകയോ ചെയ്യുമ്പോഴാണ് മരണത്തെ സ്വയം വരി ക്കാൻ മനുഷ്യൻ തയ്യാറാവുന്നത്. ആത്മഹത്യാ പ്രവണത ഇന്ന് ഒരു മാനസിക രോഗത്തിന്റെ ഭാഗമായിട്ടാണ് മനശ്ശാസ്ത്രജ്ഞർ വിലയിരു ത്തുന്നത്.

ജീവിക്കാനുള്ള ആഗ്രഹത്തോടൊപ്പം മരണത്തിൽ വിലയം പ്രാപി ക്കാനുള്ള ത്വരയും മനുഷ്യനിൽ സദാ ഉള്ള ഒരു ചോദനയാണ്. ജീവി തത്തെ സ്നേഹിക്കുന്ന ഒരാൾ ജീവിക്കാൻ കൊതിക്കുമ്പോൾ മരണ ത്തിന്റെ വിളി അവനെ വേദനയില്ലാത്ത ഒരു ലോകത്തേക്ക് സ്വാഗതമരു ളുന്നു. അതിനാൽ മരണത്തിന്റെ ശാന്തിയിലേക്ക് മടങ്ങിപ്പോകാൻ അബോധപൂർവ്വമായ ഒരു പ്രേരണ മനുഷ്യനിൽ അന്തർലീനമാണ്. ഭാവ നാത്മകമായ ഒരുലോകത്തു ജീവിക്കുന്ന കവികളിൽ ജീവിതബോധവും മരണാഭിമുഖ്യവും പരസ്പരദ്വന്ദ്വങ്ങളായി വർത്തിക്കുന്നു. ദാർശനികരായ ചിന്തകന്മാർ ഒക്കെത്തന്നെ മൃത്യുവിനെയും ജീവിതത്തെയും അടിസ്ഥാ നമാക്കി മനുഷ്യാസ്തിത്വത്തെ നിർവ്വചിച്ചവരാണ്. മരണത്തെ അതിജീ വിച്ചുനില്ക്കുന്നതാണ് ഉത്തമമായ സൃഷ്ടികൾ എന്ന സങ്കല്പത്തിൽ നിന്നാണല്ലോ എല്ലാത്തിന്റെയും പിറവി! ശില്പമായാലും ക്ഷേത്രമാ യാലും സാഹിത്യമായാലും കാലാതിവർത്തിയായി നിലനില്ക്കുന്ന ഒന്നി നെപ്പറ്റിയുള്ള തോന്നലിൽനിന്നും ജനിച്ച സൃഷ്ടികളാണ്. അതുപോലെ യാണ് സാഹിത്യ സൃഷ്ടികളും. ജീവിതത്തിനും മരണത്തിനും അതീത മായി സാർവ്വകാലികമായി നില്ക്കുന്നവയാണ് സാഹിത്യകൃതികൾ.

കൃതികൾ മനുഷ്യകഥാനുഗായികൾ എന്നും ശോക: ശ്ലോകത്വമാ ഗത: എന്നുമൊക്കെ കാവ്യങ്ങളെപ്പറ്റി പറയുന്നത് ഇവിടെ പ്രസക്തമാ ണ്. ഈ ശ്ലോകത്വം മരണത്തിൽ നിന്നുമാണ് ഉദ്ഭിന്നമായത്. അങ്ങനെ നോക്കുമ്പോൾ മരണത്തിന്റെ വലക്കണ്ണിയിൽ, മുൾമുനയിൽ നില്ക്കുന്ന ജീവിതത്തിന്റെ പിടിച്ചിലുകളാണ് കവിതയെന്ന് പറയാം. ഏതു പാതയി ലൂടെയും മരണത്തിലേക്ക് എത്തിച്ചേരുവാൻ സാധിക്കും. എന്തായാലും മരിക്കും. പിന്നെങ്ങനെ മരിച്ചാൽ എന്ത് എന്ന് ചിന്തിക്കാം. എനിക്കെന്റെ മരണം നിശ്ചയിക്കണം എന്ന് വിചാരിച്ചാൽ ആത്മഹത്യ ചെയ്യാം. എന്നാൽ മരണം മറ്റുള്ളവരിൽ സൃഷ്ടിക്കുന്ന ആഘാതങ്ങളെക്കുറിച്ച് ബോധവാനായ ഒരാൾക്ക് സ്വയം ഹത്യചെയ്യുവാൻ സാധിക്കില്ല. അവി വേകിയും അപക്വമതിയുമായ ഒരാളാണ് അത്തരം പ്രവൃത്തികൾ ചെയ്യു ക. ന്യായാന്യായങ്ങൾ എല്ലാവരിലുമുണ്ടാകും. എന്നാലും ആത്മഹ ത്യയെ ന്യായീകരിക്കുവാൻ ഒരുകാലത്തും ആർക്കും സാധിക്കുകയില്ല. പക്ഷേ, ആത്മഹത്യ പോലും ന്യായമാക്കി മാറ്റിയ കവിയായിരുന്നു ഇട

പ്പള്ളി എന്ന് പറയാം. ജീവിതമെന്ന അന്യരാജ്യത്തു വന്ന അദ്ദേഹത്തിന് സ്വദേശത്തേക്ക് പോകുവാൻ ആരാണനുവദിക്കേണ്ടത്?

ലോക സാഹിത്യം പരിശോധിച്ചാൽ പ്രശസ്തിയുടെ കൊടുമുടി യിൽ നില്ക്കുമ്പോൾ ആത്മഹത്യചെയ്ത നിരവധി എഴുത്തുകാരെ കാണാം. നിരന്തരം എഴുതുകയും പ്രസംഗിക്കുകയും ചെയ്തിട്ടും മര ണത്തോടുള്ള അഭിവാഞ്ഛ വിട്ടുമാറുന്നില്ല. പലതവണ ആത്മഹ ത്യയ്ക്ക് ശ്രമിച്ചവരും ഉണ്ട്. ഇരുപത്തിയൊന്നാമത്തെ പ്രാവശ്യം ആത്മ ഹത്യാശ്രമം വിജയിച്ചവരും ഇക്കൂട്ടത്തിൽപ്പെടും. ആത്മഹത്യ ഒരു പരീ ക്ഷയായി മാറുകയാണപ്പോൾ. ഓരോ തവണത്തെ അനുഭവവും അവ രെക്കൊണ്ട് വീണ്ടും ആ സവിധത്തിൽ എത്തിച്ചേരാൻ പ്രേരിപ്പിക്കുക യാണ്. മരണത്തെ ആശ്ലേഷിക്കുവാനുള്ള ശ്രമംപോലും കാല്പനികമാ യിട്ടാണ് അവർ ആവിഷ്കരിക്കുന്നത്.

വിദേശസാഹിത്യത്തിൽ, സിൽവിയ പ്ലാത്ത്, വെർജിനിയ വുൾഫ് വിൻസന്റ് വാൻഗോഗ്, മയ്ക്കോവ്സ്കി, സ്റ്റഫാൻ സ്വൈഗ്, പാവേസ് ബിറു, ജയിൽ ആർഡൻ, ഷെർലി ബാർക്കർ, ജോ ബോൾട്ടൺ, സാഫോ, എമിലി ഡിക്കിൻ സൺ, ജോൺ ബറിമാൻ, എലീനർ മാർക്സ് തുടങ്ങി നിരവധി എഴുത്തുകാരും ചിത്രകാരന്മാരും ആത്മഹത്യ ചെയ്തവരാണ്. ദാർശനികമായി മരണത്തെ കാണുകയും പ്രണയിക്കുകയും ജീവിതത്തെ മരണത്തിൽ വിലയിപ്പിക്കുകയും ചെയ്തവരാണവർ.

മലയാളത്തെ സംബന്ധിച്ച് ആത്മഹത്യ പാപമാണെന്ന് വിശ്വസി ച്ചിരുന്ന പിന്മുറക്കാരായതിനാൽ താരതമ്യേന കുറവാണ് സ്വയംഹത്യ ക്കാർ. വിവിധ കാരണങ്ങളാലാണ് ധാരാളം പേർ ആത്മഹത്യ ചെയ്യു ന്നത്. എന്നാൽ കവികളായ (എഴുത്തുകാരായ) വരുടെ ആത്മഹത്യാനി രക്കാണ് കുറവെന്ന് സൂചിപ്പിച്ചത്. 1936 ൽ ഇടപ്പള്ളി രാഘവൻപിള്ള (28-ാം വയസ്സിൽ), 1965 ൽ രാജലക്ഷ്മി, 1974 ൽ നന്തനാർ, 1999 ൽ നന്ദിത, ഷെൽവി എന്നിവരാണ് ആത്മഹത്യ വരിച്ച എഴുത്തുകാർ, ഇവ രെല്ലാം വളരെ യൗവനാവസ്ഥയിൽ, മുപ്പത്തുവയസ്സിൽ താഴെയുള്ളപ്പോ ഴാണ് മരണപ്പെട്ടത് എന്നത് ശ്രദ്ധിക്കേണ്ട കാര്യമാണ്.

തന്റെ മുപ്പത്തിയൊന്നാമത്തെ വയസ്സിൽ ആത്മഹത്യ ചെയ്ത സിൽവിയാപ്ലാത്ത് എന്ന കവയിത്രി അസാമാന്യ പ്രതിഭയും കവിത്വശ ക്തിയുമുള്ള വ്യക്തിയായിരുന്നു. അച്ഛന്റെ മരണം ഏല്പിച്ച ആഘാത ത്തിൽ നിന്നായിരുന്നു ആദ്യകവിത. ഡിഗ്രി പഠനകാലത്തു തന്നെ ധാരാളം രചനകൾ ഉണ്ടായി. ജീവിതത്തെ വളരെ വൈകാരികമായി നേരിട്ടിരുന്ന തിനാൽ വിഷാദരോഗത്തിനടിപ്പെട്ടു പോവുകയുണ്ടായി. തന്റെ കാമുകനെ കണ്ടു സംസാരിക്കാൻ സാധിച്ചില്ലെങ്കിൽപ്പോലും വിഷാദത്തിലാവുന്ന അവസ്ഥയിലെത്തി. ഇ സി ടി ചികിത്സയ്ക്ക് വിധേയയാകുകയും ചെയ്തു. വിവാഹവും പ്രണയവും ജീവിതവുമെല്ലാം എന്നും അവർക്കെതിരാ ണെന്ന തോന്നൽ അവർക്കുണ്ടായി. മരണം, മോചനം, ഉയിർത്തെഴുന്നേ ല്പ്, രോഷം, നിരാശ, പ്രതികാരം തുടങ്ങിയവയായിരുന്നു പ്ലാത്തിന്റെ

ഇഷ്ടവിഷയങ്ങൾ. പലതവണ മരണത്തിന് വിട്ടുകൊടുക്കാനായി അവർ ശ്രമിച്ചു. ഒടുവിൽ 1963 ൽ ഗ്യാസ് തുറന്നുവിട്ടിട്ട് ഓവനിൽ മുഖം പൂഴ്ത്തി നിന്ന് കാർബൺ മോണോക്സൈഡ് ശ്വസിച്ച് ആത്മഹത്യ ചെയ്തു. മനോരോഗത്തിന്റെ കാഠിന്യത്തിലും മരണം മാത്രം മുന്നിൽക്കണ്ടിരുന്ന അവർ തന്റെ മക്കളെ രക്ഷിക്കുന്നതിനു വേണ്ട നടപടികൾ എടുത്തി രുന്നു എന്നതാണ് അത്ഭുതം! പുലിസ്റ്റർ പുരസ്കാരം (മരണാനന്തരം) ഉൾപ്പെടെ നിരവധി പുരസ്കാരങ്ങൾ വരെ ലഭിച്ച വ്യക്തിയായിരുന്നു പ്ലാത്ത്. അസാമാന്യപ്രതിഭയും കടുത്ത വിഷാദവും നൈരാശ്യവും - അതായിരുന്നു പ്ലാത്ത്. അതിനാൽത്തന്നെ ആത്മഹത്യയും ചെയ്തു.

ആധുനിക ചിത്രകാരന്മാരിൽ ഒരു പ്രഹേളികയായിരുന്ന വിൻസെന്റ് വാൻഗോഗ്, ജീവിതത്തെ മരണത്തിനു സമർപ്പിച്ച മറ്റൊരു പ്രതിഭയാണ്. സ്നേഹത്തിന്റെ പേരിൽ സ്വന്തം കാതുമുറിച്ച് ഗണികയ്ക്ക് നല്കിയ ആളായിരുന്നു അദ്ദേഹം. ദാരിദ്ര്യവും വിഷാദവും അദ്ദേഹത്തെ നിരന്തരം വേട്ടയാടിയിരുന്നു. 1989 ൽ തന്റെ പ്രശസ്തമായ *സൂര്യകാന്തിപ്പൂക്കൾ* എന്ന ചിത്രം രചിച്ചു. തുടർന്ന് മാനസികനില തകരാറിലായ അദ്ദേഹം ഭ്രാന്താലയത്തിൽ പ്രവേശിപ്പിക്കപ്പെട്ടു. അവിടെ വച്ച്, *Starry Night, Irisis ഡോ. ഗാഷയുടെ ഭൂപടം, ഓവേഴ്സിലെ പള്ളി* തുടങ്ങിയ എൺപതോളം ചിത്രങ്ങൾ ചിത്തരോഗാശുപത്രിയിൽ വച്ചാണ് വരച്ചത്. ചിത്രകലയിൽ എക്സ്പ്രഷനിസം ആവിർഭവിച്ചത് വാൻഗോഗിൽ നിന്നാണ്. സൂര്യൻ, വെയിൽ, മഞ്ഞനിറം ഇവയെ പ്രതീകാത്മകമായി ചിത്രീകരിക്കുവാൻ ബിംബങ്ങളായി സ്വീകരിച്ചു. പൂവണിഞ്ഞ ഉദ്യാനങ്ങൾ, കടലോര ഭൂഭാഗ ദൃശ്യങ്ങൾ, പോസ്റ്റുമാന്റെ കുടുംബം, പൊട്ടറ്റോ ഈറ്റേഴ്സ് തുടങ്ങിയവ പ്രധാനചിത്രങ്ങളാണ് അദ്ദേഹത്തിന്റെ ചിത്രങ്ങൾക്ക്— "ഏറ്റവും കൂടു തൽവിലയ്ക്കു വിറ്റഴിഞ്ഞ ചിത്രം" എന്ന പ്രത്യേകതയും ഉണ്ട്. ഇത്രയും കഴിവുകൾ ഉള്ള ഒരാൾ മരണത്തെയും അതിധീരമായി സ്വീകരിച്ചു. ചിത്രം വരയ്ക്കുവാനായി ഓവേഴ്സിനടുത്തുള്ള വയലിലേക്ക് പോകു മ്പോൾ ചായക്കൂട്ടുകൾക്കൊപ്പം ഒരു റിവോൾവറും കൈയിലെടുത്തിരുന്നു അദ്ദേഹം. വയലിൽ വച്ച് നെഞ്ചിലേക്ക് സ്വയം നിറയൊഴിച്ചു. മരണത്തോട് മല്ലടിച്ച് പ്രശാന്തനായി കിടന്ന വാൻഗോഗ് "ഇങ്ങനെ തന്നെ മരിക്കാനാ ണാഗ്രഹം" എന്ന് മരിക്കുന്നതിന് മുമ്പ് പറയുകയുണ്ടായി. "ഒരാൾ ധീര നാണെങ്കിൽ സാന്ത്വനവും രോഗശമനവും അയാളുടെ ഉള്ളിൽ നിന്നു തന്നെ ഉണ്ടാകും" എന്ന് വിശ്വസിച്ച അദ്ദേഹം തന്റെ ധീരതയുടെ പ്രഖ്യാ പനമായിട്ടായിരിക്കാം മരണത്തിനു വിധേയനായത്.

ചിത്തഭ്രമവും വിഷാദരോഗവുമെല്ലാം മലയാളത്തിലെ എഴുത്തു കാർക്കും ഉണ്ടായിട്ടുള്ളതാണ്. വൈക്കം മുഹമ്മദ് ബഷീറിനെ ഭ്രാന്താ ലയത്തിൽ പ്രവേശിപ്പിക്കുകയുണ്ടായി അവിടെ വച്ച് രചനകൾ നടത്തു കയും ചെയ്തിട്ടുണ്ട്. എന്നാൽ ആത്മഹത്യയെക്കുറിച്ച് പ്രഖ്യാപിച്ചിട്ടി ല്ല. വിഷാദവും ദാരിദ്ര്യവും ഒരുപോലെ അനുഭവിച്ചിരുന്നവരും ഉണ്ട്. അതു പോലെ മദ്യാസക്തിയിൽപ്പെട്ട് വിഭ്രാന്തരായവരും, മദ്യത്തിനടിപ്പെട്ട്

തദ്വാരാ രോഗം ബാധിച്ച് അകാലചരമം പ്രാപിച്ചവരും എഴുത്തുകാർക്കി ടയിലുണ്ട്. കേരളത്തിന്റെ സാംസ്കാരികമായ പശ്ചാത്തലം ആത്മഹത്യ പ്രോത്സാഹിപ്പിച്ചിരുന്നില്ല എന്നു മാത്രമല്ല, ആത്മഹത്യ പാപമാണെന്ന ബോധം ജനിപ്പിക്കുകയും ചെയ്തിട്ടുണ്ട്. തന്നെയുമല്ല, ഭ്രാന്ത് എന്ന അവ സ്ഥയെ വെറുപ്പോടും ഭയത്തോടുമാണ് ഇന്നും നോക്കി കാണുന്നത്. അതിനാൽത്തന്നെ വിഷാദത്തിനടിപ്പെടുന്നതുവരെ ചികിത്സിപ്പിക്കാൻ പോലും ശ്രമിക്കാറില്ല. ഇടപ്പള്ളിയെ അന്ന് ചികിത്സിപ്പിച്ചിരുന്നുവെങ്കിൽ അദ്ദേഹം മരിക്കുകയില്ലായിരുന്നു എന്ന അഭിപ്രയക്കാരാണ് ഇന്നത്തെ മനശ്ശാസ്ത്രജ്ഞർ. അദ്ദേഹത്തിന്റെ കവിതകളിൽ മരണസൂചന കൃത്യ മായി രേഖപ്പെടുത്തിയിട്ടുണ്ടെന്നു കാണാം.

രാജലക്ഷ്മി എന്ന എഴുത്തുകാരിയുടെ അവസ്ഥയും മറ്റൊന്നായി രുന്നില്ല. കോളേജദ്ധ്യാപികയായിരുന്ന അവർ ദാരിദ്ര്യത്തിന്റെ പേരിലല്ല, കടുത്ത വിഷാദരോഗിയായിരുന്നതിനാലാണ് മരണം സ്വയം വരിച്ചത്. പ്രതിഭയുടെ തിളക്കം ജ്വലിച്ചു നിന്ന ഒരു നിമിഷത്തിലാണവർ മരിക്കു ന്നത്. ആരോടൊക്കെയോ ഉള്ള പ്രതിഷേധത്തിന് എഴുതിവച്ച നോവൽ അവർ കത്തിച്ചു കളഞ്ഞു. *ഒരുവഴിയും കുറേ നിഴലുകളും, ഉച്ചവെയിലും ഇളനിലാവും, ഞാനെന്ന ഭാവം* എന്നീ നോവലുകൾ രചിച്ച അവർ മുപ്പത്തി അഞ്ചാമത്തെ വയസ്സിൽ ആത്മഹത്യ ചെയ്യുകയായിരുന്നു. 1965 ൽ ചെറുകഥാകൃത്തും ബാലസാഹിത്യകാരനും നോവലിസ്റ്റുമായിരുന്ന നന്തനാർ വാൻഗോഗിനെപ്പോലെ സ്വയം നിറയൊഴിച്ച് ആത്മഹത്യ ചെയ്ത പട്ടാളക്കാരനായിരുന്നു. പട്ടാളക്കഥകൾ പറഞ്ഞിട്ടുള്ള അദ്ദേഹം മരണത്തെപ്പറ്റിയും ആത്മഹത്യയെപ്പറ്റിയും തന്റെ കഥകളിൽ ആവിഷ്ക്ക രിച്ച എഴുത്തുകാരനാണ്. പി സി ഗോപാലൻ എന്നാണ് യഥാർത്ഥ നാമം. വ്യവസ്ഥകളോടുള്ള പൊരുത്തക്കേട്, സർഗ്ഗാത്മകമായ ജീവിതം, പട്ടാള ജീവിതത്തിലെ യുദ്ധത്തിന്റെതായ അർത്ഥമില്ലായ്മകൾ ഇതൊക്കെ അദ്ദേഹത്തെ നിരന്തരം വേട്ടയാടിയിരുന്ന സംഗതികളാണ്. *ആത്മാവിന്റെ നോവുകൾ, ഉണ്ണിക്കുട്ടന്റെ ലോകം* തുടങ്ങിയ പ്രശസ്തമായ കൃതികൾ രചിച്ച അദ്ദേഹം 1974 ൽ ഈ ലോകത്തിൽ നിന്നും സ്വയം വിരമിക്കുക യാണ് ചെയ്തത്.

വയനാട്ടിൽ ജനിച്ച്, കവിതയിൽ ജീവിച്ച മറ്റൊരു എഴുത്തുകാരി യായിരുന്നു നന്ദിത. സ്നേഹം, പ്രണയം, ഏകാന്തത, മരണം എന്നിവ യായിരുന്നു നന്ദിതയുടെ ഇഷ്ടവിഷയങ്ങൾ. ധാരാളം കവിതകൾ എഴു തിയിരുന്ന ഇവർ 1999 ൽ മുപ്പതാമത്തെ വയസ്സിൽ ആത്മഹത്യ ചെയ്തു.

മൾബറി പ്രസിദ്ധീകരണത്തിന്റെ ഉടമയായിരുന്ന ഷെൽവി, എഴു ത്തുകാരനും കവിയുമായിരുന്നു. ധാരാളം രചനകൾ മലയാളത്തിനു സംഭാവന ചെയ്ത അദ്ദേഹം എഴുത്തുകാരെ പ്രോത്സാഹിപ്പിക്കുകയും ചെയ്തിരുന്നു. പുസ്തക വിതരണരംഗത്ത് നൂതനമാർഗ്ഗങ്ങൾ അവലം ബിച്ച അദ്ദേഹം വളരെ കുറച്ചുകാലം കൊണ്ട് ധാരാളം പുസ്തകങ്ങൾ പ്രസിദ്ധീകരിക്കുകയും ചെയ്തു. കുറഞ്ഞ ചെലവിൽ കൂടുതൽ പുസ്ത

കങ്ങൾ പ്രസിദ്ധീകരിക്കുക എന്ന ആശയം സാർത്ഥകമാക്കാനുള്ള യജ്ഞത്തിനിടയിൽ ഒരുപാട് സാമ്പത്തിക ബാദ്ധ്യത ഉണ്ടായി. പ്രസാ ധനരംഗത്തു നിന്നു വിട്ടുനില്ക്കുക എന്നത് അദ്ദേഹത്തെ സംബന്ധിച്ചി ടത്തോളം അസഹനീയമായ ഒന്നായിരുന്നു. വളരെ അപ്രതീക്ഷിതമാ യിട്ടാണ് അകാരണമായ മരണം അദ്ദേഹത്തെ ആശ്ലേഷിച്ചത്.

യൗവ്വനത്തിന്റെ ആദർശധീരതയിൽ ജീവിതത്തെ ഹോമിച്ച ഈ പ്രതിഭകൾ ശാസ്ത്രീയമായ ചികിത്സയിലൂടെ കടന്നു പോയിരുന്നെങ്കിൽ മരണം വരിക്കുമായിരുന്നില്ല. ഇടപ്പള്ളിയുടെ ജീവിതത്തിലും ഇങ്ങനെ തന്നെയായിരുന്നു. പ്രണയ നൈരാശ്യമാണെങ്കിലും തീവ്ര വിഷാദരോ ഗിയായിരുന്നു അദ്ദേഹം. എന്നാൽ കൂടെയുണ്ടായിരുന്നവർ ഒരു വൈദ്യ ശാസ്ത്ര വിദഗ്ദ്ധനെ കാണിക്കുവാൻ ശ്രമിച്ചില്ല. മാനസികരോഗത്തെ ക്കുറിച്ചുള്ള അജ്ഞതയാണ് പലപ്പോഴും ജനങ്ങളെ ഡോക്ടറിൽ നിന്നും അകറ്റി നിർത്തുന്നത്. അതുപോലെ മാനസികരോഗിക്കു കല്പിച്ചിരുന്ന അയിത്തവും ഭയവും അന്ധവിശ്വാസവും എല്ലാം കാടത്തമായ പ്രവർത്ത നങ്ങളിലേർപ്പെടാൻ ചിലരെയെങ്കിലും പ്രേരിപ്പിച്ചിരുന്നു. സ്നേഹത്തി ലൂടെയും പരിഗണനയിലൂടെയും ഏതു രോഗിയെയും സാന്ത്വനിപ്പിക്കാൻ സാധിക്കുമെന്ന് *ഇരുട്ടിന്റെ ആത്മാവിലൂടെ* വായിച്ചറിഞ്ഞതാണ് മലയാ ളികൾ ഇന്ന് മാനസിക സാന്ത്വനകേന്ദ്രങ്ങളും മാനസിക രോഗത്തോ ടുള്ള അവജ്ഞയും അജ്ഞതയുമൊക്കെ ഏറെ മാറിയിരിക്കുന്നു എന്നത് ആശാവഹമായ സംഗതിയാണ്.

ഇടപ്പള്ളിയുടെ ജീവിത സാഹചര്യങ്ങളിൽ നിന്നുകൊണ്ട് ആ കവി ത്വശക്തിയെ വിശകലനം ചെയ്ത് മനശ്ശാസ്ത്രപരമായ അപഗ്രഥനം നട ത്തുകയാണെങ്കിൽ ആത്മഹത്യയ്ക്ക് നിരവധി കാരണങ്ങൾ കണ്ടെത്താ വുന്നതാണ്. പ്രധാനമായും അമ്മയുടെ ആത്മഹത്യ ഒരു പാരമ്പര്യഘട കമായി വീക്ഷിക്കാം. കുട്ടിക്കാലത്തുതന്നെ അമ്മ നഷ്ടപ്പെട്ട അവസ്ഥ, അച്ഛന്റെ സ്നേഹത്തിന്റെ അഭാവം, രണ്ടാനമ്മയുടെ പീഡനം, സ്നേഹവും സ്നേഹഭംഗവും, പ്രണയം, നിരാശ, ദാരിദ്ര്യം ഇതെല്ലാം അക്കൂട്ടത്തിൽപ്പെടുത്താം.

കലാപബോധത്തിന്റെ കനികൾ എന്ന ഗ്രന്ഥത്തിൽ പ്രൊഫ. പി വീരാക്കുട്ടി "ഇടപ്പള്ളി ആത്മഘാതിയല്ല?!!!" എന്ന തലക്കെട്ടിൽ ചോദ്യ ചിഹ്നവും അത്ഭുതചിഹ്നവുമിട്ട് ഒരു ലേഖനമെഴുതിയിട്ടുണ്ട്. അതിൽ ഇട പ്പള്ളിയുടെ മരണം കൊലപാതകമായിരുന്നു എന്ന് സമർത്ഥിക്കുന്നു. കാമുകിയുമായി വിവാഹത്തിന് തീരുമാനിച്ച് ഇന്ന സ്ഥലത്തെത്തണമെ ന്നറിയിച്ചതിന്റെ ഫലമായി അദ്ദേഹം മണവാളവേഷത്തിൽ അവിടെ എത്തിയെന്നും ഇതറിഞ്ഞ അവളുടെ അച്ഛന്റെ സിൽബന്ധികൾ വരണ മാല്യത്തിനു പകരം മരണമാല്യം കഴുത്തിലിട്ടു മുറുക്കിയെന്നും പറയു ന്നു. തൂങ്ങിമരിച്ചു നിന്നപ്പോൾ കാലുകൾ തറയിൽ മുട്ടിയിരുന്നു എന്നും ആത്മഹത്യയുടെ വെപ്രാളലക്ഷണങ്ങൾ ഒന്നും മുഖത്തില്ലായിരുന്നു എന്നും അദ്ദേഹം പറയുന്നു. കൂടാതെ വേണ്ടപ്പെട്ടവരെ അറിയിക്കാതെ

വളരെ വേഗം സംസ്കാരം നടത്തിയതും പൊതുശ്മശാനത്തിൽ മൃത ദേഹം കത്തിച്ചുകളയുകയായിരുന്നു എന്നും അങ്ങനെ എല്ലാ തെളിവു കളും നശിപ്പിക്കുകയായിരുന്നു എന്നും അദ്ദേഹം പറയുന്നുണ്ട്. "ഇട പ്പള്ളി കൊല ചെയ്യപ്പെട്ടതാകാനുള്ള സാദ്ധ്യത തീർത്തും തിരസ്കരി ക്കാനാവില്ല" എന്ന് തെളിവുകൾ നിരത്തി പറയുമ്പോൾ ആ അഭിപ്രാ യവും ഇവിടെ വെളിപ്പെടുത്താതിരിക്കുവാൻ സാദ്ധ്യമല്ല. കാരണം ഇട പ്പള്ളിയുടെ മരണത്തിന് അങ്ങനെയൊരു സാദ്ധ്യതയും ഉണ്ട് എന്നത് വാസ്തവമാണ്. ജന്മിമാരുടെയും കുലീനന്മാരുടെയും കണ്ണിൽ പ്രണ യവും കവിതയുമൊക്കെ നിഷ്പ്രഭമായിരുന്നു. ഒരുപക്ഷേ, പ്രണയ ത്തിന്റെ പേരിൽ എത്രയോ കൊലപാതകങ്ങൾ നടന്നിരിക്കണം. ഇന്നും കഥപോലെ ഇവയൊക്കെ പിന്തുടരുന്നുമുണ്ടല്ലോ. അതിനാൽ ഒരു പുസ്തകത്തിന്റെ സത്യസന്ധതയ്ക്ക് ഈ സംഗതിയും വിട്ടുകളയാനാ കില്ല.

5

ഇടപ്പള്ളിയുടെ കവിതകൾ - പഠനം

ഇടപ്പള്ളി രാഘവൻപിള്ള. പ്രഥമ കവിതാസമാഹാരം (തുഷാരഹാരം) കൊണ്ടു തന്നെ കാവ്യവഴികളിൽ വ്യത്യസ്തതയുടെ ചുവടുകൾ പതി പ്പിച്ചു. നിത്യസൗന്ദര്യത്തിന്റെ നർത്തനരംഗമായി ലോകത്തെയും കവി തയെയും പുനഃസൃഷ്ടിച്ചു. തുടക്കം മുതൽ ഒടുക്കംവരെ പ്രണയവും മര ണവും പരസ്പരം കെട്ടുപിണഞ്ഞു കിടന്നു. പ്രകൃതിയെക്കുറിച്ചായാലും മനുഷ്യനെക്കുറിച്ചായാലും നദിയും പൂവും കടലും കാലവുമെല്ലാം പ്രണ യത്തിലൂടെയോ മരണത്തിലൂടെയോ കവിതയായൊഴുകി. എല്ലാ കവി തകളിലും കവിയുടെ ആത്മസത്ത ഇഴുകിച്ചേർന്നിരുന്നു. കവിതയിലെ വരികളിൽ കവിയുടെ ആത്മാവ് പ്രകാശിച്ചു നില്ക്കും. അത് നിരാശയു ടെയോ മരണത്തിന്റെയോ പ്രണയത്തിന്റെയോ ഒക്കെ രൂപത്തിലായി രിക്കും എന്നുമാത്രം. ഇത്രമാത്രം ആത്മാംശം കലർന്നതു കൊണ്ടാണ് അദ്ദേഹത്തിന്റെ ആത്മഹത്യയെ പ്രണയ നൈരാശ്യവുമായി ബന്ധപ്പെ ടുത്തി ചർച്ച ചെയ്യുവാനിടയാക്കിയത്.

ആദ്യ കവിതാ സമാഹാരമായ *തുഷാരഹാരത്തിലെ* രണ്ടാമത്തെ കവിതയിൽ തന്നെ തുടങ്ങുന്നു പ്രണയവും ആത്മരോദനവും. മറ്റുള്ള വർ എന്തു പറഞ്ഞാലും പ്രണയിനിയെ മറക്കുവാൻ തനിക്കാവില്ല.

"വ്രണിതഹൃദയത്തിന്റെ ദുർബ്ബലതന്തുവിൽ
പ്രണയസുധ പൂശുമെൻ പുണ്യത്തിടമ്പിനെ
അരുതരുതു വിസ്മരിച്ചീടുവാൻ, ജീവിത-
മതിരുചിരമാക്കുന്നതൊന്നിസ്മരണതാൻ!
വിധിയോടൊരുമട്ടൊക്കെ മല്ലടിച്ചീവിധം
വിജനതയിലേകനായ് ഞാനിരുന്നീടവേ,
മധുരഹസിതാർദ്രമാമാനസം തെല്ലുചാ-

ചുമൃതരസമൂറിടും നർമ്മസംഭാഷണാൽ
കരളുരുകിയെത്തുമെൻ കണ്ണീർക്കണം തുട-
ച്ചവളരികിൽ നില്പതായ്ത്തോന്നുന്നിതിപ്പൊഴും.

(ഞങ്ങൾ)

ഇടപ്പള്ളിയിൽ നിന്നും കുടിയിറക്കപ്പെട്ട കവി തിരുവനന്തപുരത്ത് താമസിക്കുമ്പോൾ എഴുതിയതാവാം ഈ കവിത. അവളെ മറക്കുവാൻ മറ്റുള്ളവർ ഉപദേശിച്ചു, പക്ഷേ, മുറിഞ്ഞ ഹൃദയവുമായിരിക്കുന്ന തനിക്ക് അവളുടെ ഓർമ്മകൾ മാത്രമാണ് തെല്ലൊരാശ്വാസം നല്കുന്നത്. അപ കിലമായ അവളുടെ സ്നേഹമാണ് കവിയെ ജീവിക്കാൻ പ്രേരിപ്പിക്കുന്നത്. ഇന്നും തന്നെയോർത്ത് കരയുന്നവളാണ് 'വനജ.' ആ സ്നേഹത്തിന്റെ ആർദ്രത അറിഞ്ഞയാളാണ് കവി. അവളുടെ വിവാഹക്ഷണക്കത്താണ് കവിയെ ആത്മഹത്യ ചെയ്യിച്ചത്. അങ്ങനെ നോക്കുമ്പോൾ ജീവിക്കാൻ പ്രേരിപ്പിക്കുന്നത് സ്നേഹമെങ്കിൽ സ്നേഹഭംഗം മരണത്തിനും കാര ണമാകും. 'കാട്ടാറിന്റെ കരച്ചിൽ' കവിയുടെ കരച്ചിലായി വായിക്കാൻ ഒരു പ്രയാസവും ഇല്ല.

"മദീയ ജീവിത പ്രഭാതവേളകൾ–
മറഞ്ഞുപോ;യിനിവരില്ലൊരിക്കലും."

(കാട്ടാറിന്റെ കരച്ചിൽ)

തന്റെ നല്ലകാലം, സുന്ദരകാലം, തിരിച്ചുകിട്ടാത്തവിധം മറഞ്ഞിരി ക്കുന്നു. ഇവിടെ കാട്ടാറ് കവിയായി മാറുന്നു. ഒരിക്കൽ കഷ്ടപ്പാടിന്റെയും ദാരിദ്ര്യത്തിന്റെയും ബാല്യകാലവുമായി മല്ലിട്ടു. പിന്നെ പഠനത്തിന്റെ പേരിൽ മറ്റൊരിടത്തെത്തിയപ്പോഴാണ് ലോകം എന്തെന്നും സ്നേഹവും ആനന്ദവുമെന്തെന്നും കവി അറിയുന്നത്. അങ്ങനെ സ്നേഹത്തിന്റെ തടി ല്ലതകളിൽ തട്ടി പുഴയൊഴുകുമ്പോൾ കൂലംകുത്തിയാണ് ഒഴുകിയിരു ന്നത്. എന്നാലിന്ന് ആ ഒഴുക്ക് തടയപ്പെട്ടു. മലയ്ക്കും ആഴിക്കുമിടയിൽ അവർ തടയപ്പെട്ടു. തന്റെ പ്രണയിനിയെ എന്നെന്നേക്കുമായി നഷ്ടപ്പെട്ടു. കവി അവിടന്ന് മടങ്ങിപ്പോവുകയും ചെയ്തു.

"തിരിച്ച ദിക്കിലേക്കിനിയൊരിക്കലും
തിരിച്ചുപോകുവാനൊരുങ്ങുകില്ല ഞാൻ"

(കാട്ടാറിന്റെ കരച്ചിൽ)

എന്നും
"എനിക്കുമുണ്ടേതോ ചിലതെല്ലാം, മൂഴി–
പ്പുരപ്പിനോടൊന്നു പറഞ്ഞുപോകുവാൻ
വരുന്ന വർഷത്തിൻ സമാഗമത്തിലെൻ
ചിറതകരുകിൽ കൃതാർത്ഥയായി ഞാൻ....!

(കാട്ടാറിന്റെ കരച്ചിൽ)

എന്നുമൊക്കെ പറയുമ്പോൾ പറയാനാവാത്ത എന്തൊക്കെയോ രഹസ്യങ്ങൾ കവിയുടെ ഉള്ളിലുണ്ടായിരുന്നു എന്നുവേണം കരുതാൻ. കവിക്ക് ഒരുറപ്പുമാത്രമേ ഉണ്ടായിരുന്നുള്ളൂ. കടലിനും മലയ്ക്കുമിട

യിൽപ്പെട്ട് വലഞ്ഞുപോയെങ്കിലും ഒട്ടുമേ മലിനമായിട്ടില്ല. നദികൾക്ക് ഒരിക്കലും തിരിച്ചുപോക്കില്ലാത്ത പോലെ കവിക്കും തിരികെ ഇടപ്പള്ളി യിലേക്കു പോകുവാൻ സാധിച്ചില്ല. എന്നാൽ കവിക്ക് പ്രതീക്ഷയുണ്ടാ യിരുന്നു - വരുന്ന വർഷത്തിൽ കൂട്ടിമുട്ടാമെന്ന്. അപ്പോൾ ഈ അതിർത്തി യൊക്കെ തകർന്നേക്കാം. എല്ലാ പ്രതിബന്ധങ്ങളും മറന്ന് ഒന്നിക്കാമെന്ന കവിയുടെ ആഗ്രഹം കാട്ടാറിലൂടെ കരഞ്ഞു തീർക്കുകയായിരുന്നു.

സന്ദേശം എന്ന കവിതയിലും ജീവിത നൈരാശ്യത്തിന്റെയും മര ണത്തിന്റെയും സൂചനകൾ കണ്ടെത്താം. താൻ സ്നേഹത്തിന്റെ പൂർണ്ണ തയനുഭവിച്ച പ്രഭവകേന്ദ്രം എന്നെന്നേക്കുമായി കൈവിട്ടതിൽ കവി ഏറെ വേദനിച്ചു. സദാചാരത്തിന്റെയും സാമൂഹ്യ ദുരാചാരങ്ങളുടെയും നേർക്ക് കവി അമർഷം കൊള്ളുന്നു. സ്നേഹം പാപമായി കാണുന്ന ഒരു ലോ കമാണിത്. അതുകൊണ്ടല്ലേ കവിക്ക് നാടുവിടേണ്ടിവന്നത്.

"നീളുമീ നിരാശയെ നിതരാം നുകരാനോ
നീയെനിക്കേകീടുന്നു നിത്യമിസ്സന്ദേശങ്ങൾ
ലോകത്തിൽ പരിഹാസപ്പാഴ്മരുപ്പരപ്പിലി-
ശ്ശോകത്തിൻ നിഴലാം ഞാൻ മായുന്നതെന്നാണാവോ?"

(സന്ദേശം)

എന്നും നിരാശയുടെ കടലിൽക്കിടന്ന് കാലിട്ടടിക്കുവാൻ മാത്രമോ കവിക്കു വിധിയെന്ന് സ്വയം ചോദിക്കുമ്പോഴും ദുഃഖത്തിന്റെ നിഴലായ താൻ എന്നു മാഞ്ഞുപോകും എന്ന് ചിന്തിക്കുന്നു. ഏതു വിഷയം കൈകാര്യം ചെയ്താലും അതിൽ കവിയുടെ ആത്മസത്ത ഇഴുകിച്ചേരു കയും മരണത്തിന്റെയോ നാശത്തിന്റെയോ പ്രത്യക്ഷവല്ക്കരണം സാദ്ധ്യമാകുകയും ചെയ്യുന്നതായി കണ്ടെത്താം. വസന്തത്തെക്കുറിച്ച് പറയുമ്പോഴും, ആനന്ദത്തെക്കുറിച്ച് പറയുമ്പോഴും കവി ചെന്നു നില്ക്കുക മരണത്തിന്റെ അടുത്തുതന്നെയാവും.

"ഈ വിധമീയിരുൾപ്പിശാചിന്നെത്ര
ജീവരക്തമിനിയും ചൊരിയണം!
ആവതെന്തു, ഞാനെത്ര കേണീടിലും
ഭാവിയാരംഗമെന്നും മറച്ചിടും!"

(ആ വസന്തം)

"ശൂന്യതയിൽ നിന്നുജനിച്ച ഞാൻ ശൂന്യതതന്നടിയിലടിയണം"
എന്ന് പറയുമ്പോൾ എന്തുമാത്രം നിരാശാബോധം കവിയെ കശക്കിയി രുന്നു എന്ന് തിരിച്ചറിയാൻകഴിയും. പ്രണയിനിയെ പിരിഞ്ഞ് അല്ലെങ്കിൽ മരണത്തെ പ്രതീക്ഷിച്ച് ഇങ്ങനെ കഴിഞ്ഞു കൂടുന്നതിൽ അദ്ദേഹം അക്ഷ മനാണ്. എത്രമാത്രം കരഞ്ഞാലും ഒന്നും മാറുവാൻ പോകുന്നില്ല. "വിലാ പങ്ങളുടെ കാലം കഴിഞ്ഞു സഹോദരാ ഇനി കലാപമേ ഉള്ളൂ" എന്ന് പറയുവാൻ അദ്ദേഹത്തിനാരുമില്ലാതെ പോയിരിക്കാം. ഉണ്ടെങ്കിൽത്തന്നെ ഇപ്രകാരം ഉറപ്പിക്കുവാൻ അദ്ദേഹമാർക്കും മുഖം കൊടുക്കാനും സാദ്ധ്യ തയില്ല. ചങ്ങമ്പുഴയെപ്പോലെ ഉറ്റമിത്രമുണ്ടായിട്ടും മരണത്തിന് സ്വയ മർപ്പിച്ചത് അന്തർമുഖത്വം കൊണ്ടാണ്. ഏതു കവിതയിൽ നോക്കിയാലും

രണ്ടുവരിയെങ്കിലും നാശത്തിന്റെയോ ദുഃഖത്തിന്റെയോ സൂചനയായി മാറു
ന്നതു കാണാം. അദ്ദേഹത്തിൽ അന്തർലീനമായി കിടക്കുന്ന മരണാഭി
വാഞ്ഛയുടെ അനുരണനങ്ങളാണ് കവിതയായി പ്രവചിക്കപ്പെടുന്നത്.

1.   "അക്കളിത്തോണി കമഴ്ന്നു ഞങ്ങ-
   ളക്കടൽ മദ്ധ്യത്തിൽ തൃക്തരായി....!"

(കളിത്തോണിയിൽ)

2.   "ഒട്ടിയടങ്ങിനെ സഞ്ചരിക്കേ
   മട്ടൊക്കെ മാറി, മറഞ്ഞു ചന്ദ്രൻ!"

(കളിത്തോണിയിൽ)

3.   "മഴവില്ലിന്നൊളി കണ്ടുമയങ്ങുമ്പോളപ്പുറത്തു
   മഴക്കാറുണ്ടെന്ന തത്ത്വം മറക്കയോ നീ?"

(ഭ്രമരഗീതി)

4.   "തോരാത്ത കണ്ണീരിൽ മർമ്മരം ലോകത്തെ
   ത്താരാട്ടു പാടിയുറക്കീടട്ടെ."

(പ്രതീക്ഷ)

5.   "കൂടുമടച്ചു ഞാനെന്മണിമച്ചിലെ
   വാടാവിളക്കു കെടുത്തീടട്ടെ!"

(പ്രതീക്ഷ)

6.   "തോന്നീടുന്നുണ്ടെനിക്കു നീയിനിയുമക്കോരകമായ്-
   ത്തീർന്നീടുവാൻ, ഫലമെന്തു? ഫലിക്കില്ലല്ലീ"

(ഭ്രമരഗീതി)

7.   "മർത്ത്യത-മധുരമായ് സ്വപ്നത്തിൽ കണ്ടാൽ പിറ്റേ-
   ന്നെത്തിടും പുലരിതൻ പൊൻകവിളിരുണ്ടുപോം!"

(ജീവിതം)

8.   "തളിർത്തു പിന്നീടുമത്തേന്മാവു പലവട്ടം
   കുളിർത്ത ഗാനം മാത്രം കേവലമാശാ മാത്രം"

(ജീവിതം)

9.   "ഒരുചെറിയ നീർപ്പോള ഞാനിങ്ങെത്തു-
   മിരുളിനുടെ വീർപ്പിൽത്തകർന്നു കൊള്ളാം."

(സഖികൾ)

10.   "മരണം മനോഹരപ്പച്ചില വിരിപ്പിട്ട
    ഗിരിതൻ സാനുപ്രാന്തം തഴുകും തരംഗിണി"

(മരണം)

11.   "നിത്യസൗന്ദര്യത്തിന്റെ നർത്തനമാമാ രംഗ-
    മെത്തുവാനായിട്ടെന്തെൻ മാനസം പതറുന്നു"

(മരണം)

12.   "പോരിക, പോരിക, മുന്നോട്ടു ജീവിത-
    പ്പോരിൽ നമുക്കൊരുമിച്ചു മരിച്ചിടാം"

(ക്ഷണം)

13. "അപരാധിയാണു ഞാൻ ലോകമേ, നി–
    ന്നനുകമ്പയെന്നിലൊഴുകീടേണ്ട!"

                                    (അപരാധി)

14. "അവനമ്രശീർഷനായ് നില്ക്കുമെന്നി–
    ലവസാനമാല്യമണിയിച്ചേക്കൂ"

                                    (അപരാധി)

15. "ഇരുൾ വന്നുപരക്കുമെൻ ശ്മശാനത്തില–
    സ്മരണതൻ കിരണങ്ങൾ കനകം പൂശും"

                                    (സമാധാനം)

16. "മരണത്തിൻ മടിത്തട്ടിലുറങ്ങുവോളം
    കരളാക്കളേബരം മുകർന്നു കൊള്ളാം"

                                    (സമാധാനം)

17. "മൃണ്മയമെന്നുടെ ഗാത്രം..."

                              (ഒടുക്കത്തെ താരാട്ട്)

18. "ദുർഭഗ ഞാനിപ്പോൾ പാടി-യന്ത്യ
    നിദ്രക്കീത്താരാട്ടുകൂടി...!"

                              (ഒടുക്കത്തെ താരാട്ട്)

19. "കനിവറ്റ കാലമേ! നിൻകരങ്ങ–
    ളിനിയെത്ര ചിത്തം തകർക്കയില്ലാ?
    കരയട്ടെ, തോഴി, ഞാ, നല്ലെന്നാലെൻ
    കരളയ്യോ! പൊട്ടിത്തകർന്നുപോമേ...!"

                                    (തോഴിയോട്)

20. "നീഹാരബിന്ദുക്കൾ നീ ചാർത്തീടും നേരം കണ്ണു–
    നീരു ഞാൻ കപോലത്തിലണിവൂ ഹതഭാഗ്യൻ!
    ....
    വാടാത്തമലരിനെപ്പേർത്തും നീ തിരയുന്നു;
    വാടിയ മലരിനെയോർത്തു ഞാൻ കരയുന്നു!"

                                    (വ്രണിതഹൃദയം)

21. "ജീവിതഗ്രന്ഥത്തിലോരോ വശങ്ങളു–
    മീവിധം മുന്നോട്ടു ഞാൻ മറിച്ചാൽ
    തപ്തബാഷ്പാങ്കിതമല്ലാത്തൊരക്ഷരം
    തത്ര കണ്ടീടുവാനാകയില്ല!
    അന്ത്യലിപിയും കുറിച്ചു പിരിയാനെ–
    ന്നന്തരാത്മാവു കഥിച്ചിടുമ്പോൾ,
    'ആയില്ല'യെന്നൊരശരീര സന്ദേശ–
    മാരാലെൻ കർണ്ണത്തിൽ വന്നലയ്ക്കും
    കാലത്തിൻ കൈക്കുമ്പിൾ പൂർണ്ണമായ്ത്തീരുവാൻ
    മേലിലുമെൻ കണ്ണീർ വേണമെന്നോ?
    ആകട്ടെയശ്രുപ്പുഴയിൽ നിഴലിക്കും
    നാകത്തെക്കണ്ടു ഞാനാശ്വസിക്കാം...!!"

                                    (നിത്യരോദനം)

22. "ഇല്ലായ്മതന്നിൽ നിന്നുണ്ടായിവന്നൊര
     ക്കല്യാണരൂപിയെക്കണ്ടു കൈകൂപ്പുവാൻ;
     എൻകരം തന്നിലെ ശൂന്യമാം ജീവിത
     ത്തങ്കച്ചഷകം തിരിച്ചു കൊടുക്കുവാൻ;
     എന്നുള്ളിലെന്നും ചിറകടിച്ചാർക്കുന്ന
     പൊന്നിൻകിളിയെ പുറത്തയച്ചീടുവാൻ,
     നീടുറ്റ രാഗപരവശയാകുമീ
     നീഹാര നീർക്കണം നീരാവിയാകുവാൻ;
     ആനന്ദദീപം കൊളുത്തി, യുലകിലീ
     ഞാനെന്ന പാഴ്നിഴൽ മായ്ച്ചുകളയുവാൻ;
     എത്ര ദിനകര മണ്ഡലംമേലിലു-
     മസ്തശൈലത്തിൽ തടഞ്ഞു തകരണം...?"

(ഉത്കണ്ഠ)

23. "നിത്യത തന്നിൽ നിന്നുൽഗ്ഗമിച്ചീടുന്ന
     നിസ്തുലഗാനം നുകർന്നു നുകർന്നലം
     ആമോദഭാരാൽ തകരുവാൻ ഞാനുമെൻ
     പ്രേമോദയത്തെ പ്രതീക്ഷിച്ചിരിക്കയാം...!"

(ഉത്കണ്ഠ)

ആദ്യകവിതാ സമാഹാരത്തിൽ നിന്നും ഉദ്ധരിച്ചിട്ടുള്ള വരികളാണ് മുകളിൽ കൊടുത്തിട്ടുള്ളത്. ഈ വരികൾ ഓരോന്നും പരിശോധിച്ചാൽ മരണത്തിനെ കവി എത്രമാത്രം 'ആശ്രയിച്ചി'രുന്നു എന്ന് മനസ്സിലാകും. ഉള്ളിൽ ചിറകടിച്ച് ശ്വാസം നിർണ്ണയിക്കുന്ന കിളിയെ സ്വതന്ത്രമാക്കി നിത്യതയുടെ ലോകത്തേക്ക് പോകുവാൻ 'ഉത്കണ്ഠ'പ്പെടുന്ന കവിയാ യിരുന്നു അദ്ദേഹം. ഇനി എത്രനാൾ ഇപ്രകാരം കഴിയണം എന്ന് നെടു വീർപ്പിടുന്ന കവി, തന്റെ നിരാശയും മരണബോധവും ഓരോ വാക്കുക ളിലും ജ്വലിപ്പിച്ചു നിർത്തുന്നു. കവിതകളുടെ പേരുകൾ ശ്രദ്ധി ച്ചാൽപ്പോലും ഇക്കാര്യം വ്യക്തമാണ്. മരണം, ഉത്കണ്ഠ, അസ്വാസ്ഥ്യം, അസ്വസ്ഥത, അപരാധി, ഒടുക്കത്തെ താരാട്ട്, വ്രണിത ഹൃദയം, ജീവി തം... ഇവയിലെല്ലാം മരണത്തിന്റെ നിഴൽ പ്രത്യക്ഷമായോ പരോക്ഷ മായോ കാണാം. എന്നാൽ മൃത്യുവിനെ കവി ഭയപ്പെട്ടിരുന്നില്ല.

മരണത്തിന്റെ സുരക്ഷിതവലയങ്ങളിൽ വീഴുവാനാണ് ആഗ്രഹിച്ചത്. 'സുധ' എന്ന ചെറുകഥയിലും സംഭവിച്ചത് അത്തരം മരണമാണ്. സുഹൃ ത്തിന്റെ മരണം സുധയിലേല്പിച്ച മുറിവ് വളരെ വലുതായിരുന്നു. എണ്ണി ക്കളിച്ചത് കാര്യമായപ്പോൾ മരണം നേർക്കുവരുമെന്ന് സുധ അറിഞ്ഞില്ല. കൂട്ടുകാരന്റെ മരണം ഏല്പിച്ച ആഘാതം സുധയുടെ ജീവിതത്തിലൂട നീളം പിന്തുടരുകയും ഒടുവിൽ മരണത്തിന്റെ സൗന്ദര്യം അവളിൽ ആവേ ശിക്കുകയും ചെയ്യുന്നു. എല്ലാം ഭദ്രമാക്കുന്നതാണ് മരണം എന്ന് കവി വിശ്വസിക്കുന്നു. ആ നിത്യഭദ്രതയിലേക്ക് പോകുവാനാണ് കവി എപ്പോഴും ആഗ്രഹിച്ചത്. എന്നാലും ഒരു പിൻവിളിക്കായി കൊതിച്ചിരുന്നു. എന്ന് 'നിത്യരോദന'ത്തിൽ വായിക്കാവുന്നതാണ്.

"ജീവിത ഗ്രന്ഥത്തിലോരോവശങ്ങളു-
മീവിധം മുന്നോട്ടു ഞാൻ മറിച്ചാൽ
തപ്തബാഷ്പാങ്കിതമല്ലാത്തൊരക്ഷരം
തത്ര കണ്ടീടുവാനാകയില്ല!
അന്ത്യലിപിയും കുറിച്ചുപിരിയാനെ-
ന്നന്തരാത്മാവു കഥിച്ചിടുമ്പോൾ,
'ആയില്ല'യെന്നൊരശരീര സന്ദേശ-
മാരാലെൻ കർണ്ണത്തിൽ വന്നലയ്ക്കും.
കാലത്തിൻ കൈക്കുമ്പിൾ പൂർണ്ണമായ്
                ത്തീരുവാൻ
മേലിലുമെൻ കണ്ണീർ വേണമെന്നോ?
ആകട്ടെ യശ്രുപ്പുഴയിൽ നിഴലിക്കും
നാകത്തെക്കണ്ടു ഞാനാശ്വസിക്കാ...!!

(നിത്യരോദനം)

ജീവിത പുസ്തകത്തിൽ എഴുതിയിരിക്കുന്ന ഓരോ അക്ഷരത്തിലും
കണ്ണീരു പുരണ്ടിരിക്കുന്നതു കാണാം, അല്ലാത്ത ഒരക്ഷരവും കാണില്ല
എന്നും ഉറപ്പിച്ചു കവി പറയുകയാണ്. അവസാനത്തെ യാത്രപറഞ്ഞു
പിരിയുവാൻ എന്നേ തുടക്കമിട്ടിരുന്നു കവിയെന്ന് 'അന്ത്യലിപിയും
കുറിച്ചു പിരിയാൻ...' എന്ന വരികളിൽ സ്പഷ്ടമാണ്. അത്രമാത്രം വേദ
നയാണ് കവിക്ക് ഓരോ അനുഭവങ്ങളും നല്കിക്കൊണ്ടിരുന്നത്. അന്ത
രാത്മാവ് പോകാൻ ആഗ്രഹിക്കുമ്പോഴും 'സമയമായില്ല' എന്ന് ചൊല്ലി,
തിരിച്ചു വിളിക്കാൻ ആരെങ്കിലും (അശരീര സന്ദേശം) വന്നെത്തുമെന്ന്
പ്രതീക്ഷിക്കുന്നു. നിരാശകളിൽ നിന്നും ചില പ്രത്യാശകൾ കവി സ്വയം
കണ്ടെത്തിയിരുന്നു. 'കാലത്തിന്റെ കൈ നിറയാൻ എന്റെ കണ്ണീരു തന്നെ
വേണോ' എന്നുള്ള പ്രതിഷേധാത്മകമായ സ്വരംപോലും കണ്ണീരിൽ
കുതിർന്ന് നിസ്സഹായതയിൽ ലയിച്ചുപോകുന്നു. ഒടുവിൽ എന്തെങ്കിലു
മാവട്ടെ കണ്ണീരിന്റെ പുഴയ്ക്കു നടുവിലും ചില സ്വർഗ്ഗീയ മാളികകൾ
നിഴൽ വിരിച്ചു നിന്നേക്കാം എന്നുവരെ ചിന്തിക്കുന്നു. കുമാരനാശാന്റെ
കവിതയിലെ വരികൾ പോലെ.

"സ്ഫുടതാരകൾ കൂരിരുട്ടിലു-
ണ്ടിടയിൽ ദീപുകളുണ്ടു സിന്ധുവിൽ"

തീർച്ചയായും ഇടപ്പള്ളി കൂരിരുട്ടിൽ തിളങ്ങുന്ന ഒരു നക്ഷത്രത്തെ
കാത്തിരിക്കുന്നു. അത് കവിക്ക് പ്രകാശം ചൊരിഞ്ഞിരുന്നു.
"എങ്കിലുമിന്നോളമെന്നിലണഞ്ഞതി-
ല്ലെൻ കരൾ കാംക്ഷിക്കും കമ്രരൂപം!
'കാണും നീ'യെന്നെന്നോടെന്നും കഥിക്കുമി-
ക്കാലത്തെയെങ്ങനെ വിശ്വസിക്കും?"

(നിത്യരോദനം)

ഒരിക്കലും സ്വന്തമാക്കാൻ കഴിയാതെ പോയ ആ കമ്രരൂപം നിത്യ പ്രചോദനത്തിൽ നിന്നും നിത്യനിദ്രയിലേക്ക് കവിയെ എത്തിച്ചു എന്ന് പറയുന്നതാണ് ശരി.

സ്നേഹത്തിനായി ദാഹിച്ചു വലഞ്ഞ ഒരു തീർത്ഥാടകനായിരുന്നു ഇടപ്പള്ളി. അമ്മയുടെ സ്നേഹം കൊതിച്ചു. കാലമത് തട്ടിപ്പറിച്ചു. അച്ഛന്റെ സ്നേഹമാകട്ടെ കാലം വികൃതമാക്കി. ഒറ്റയ്ക്കിരുന്നും ഒറ്റയ്ക്കുവളർന്നും സ്വയം അന്യതയുടെ കൂരിരുട്ടിൽ നഷ്ടപ്പെട്ടു. ആ നഷ്ടപ്പടലുകളുടെ അക്ഷര രൂപങ്ങളാണ് ഇടപ്പള്ളിക്കവിതകൾ. *നവസൗരഭം* എന്ന കാവ്യ സമാഹാരത്തിലെത്തുമ്പോൾ മരണത്തെ കുറച്ചുകൂടി ഗൗരവത്തോടെ വീക്ഷിക്കുന്ന ഒരാളായി കവിയെ വായിച്ചെടുക്കാം. *തുഷാരഹാരത്തിൽ* പ്രണയ തീക്ഷ്ണതയിൽ നിന്നും നൈരാശ്യത്തിൽ നിന്നും ഉത്ഭവിക്കുന്ന മരണാഭിമുഖ്യം, 'നവസൗരഭ'ത്തിൽ ദാർശനിക ലഹരിയായി പരിണമി ക്കുന്നതു കാണാം. നിത്യസത്യത്തിന്റെ ഗോപുരദ്വാരത്തിൽ സ്വാതന്ത്ര്യത്തിന്റെ വിസ്തൃതാകാശമായി ചിറകടിക്കുമ്പോൾ ആ വഴി വീണ്ടും വീണ്ടും തിള ക്കമാർന്നതായി മാറുന്നു. കാലടികളിടുമ്പോൾ, ശബ്ദമടയുമ്പോൾ പൊലി യുന്ന സ്വപ്നങ്ങളുടെ നിറമടരുമ്പോൾ മരണം ഒരു മാലാഖയെപ്പോലെ വിശുദ്ധി വിതയ്ക്കുന്നു. കവിതയുടെ ചിതയായി ജീവിതം വ്യാഖ്യാനി ക്കുന്നു. അങ്ങനെ കാലത്തിന്റെ കാവൽക്കാരനായ കവി തന്റെ കാല ഞെയും നിയന്ത്രിക്കുന്നു, പരിമിതപ്പെടുത്തുന്നു. പുതിയ സൗരഭങ്ങൾ പൂവിനു മാത്രമല്ല നവദർശനങ്ങൾക്കുമുണ്ടെന്ന് തെളിയിക്കുന്നു.

ജീവിതത്തിന്റെ കനലുകൾ കൊത്തിത്തിന്ന് ഉള്ളം പൊള്ളിയ കവി യുടെ വേദന 'നവസൗരഭ'ത്തിലെ ആദ്യകവിതയിൽ നിന്ന് തന്നെ ന മുക്ക് അനുഭവവേദ്യമാകും.

"കനലെതിർച്ചുടുവെയിലേറ്റു നില്ക്കും
പനീരലർസമം മദീയ ജീവിതം"

(എന്റെ ജീവിതം)

സങ്കടച്ചൂടിന്റെ കാഠിന്യം കൊണ്ട് വാടിത്തളർന്നൊരു പനി നീർപുഷ്പം പോലെയാണ് തന്റെ ജീവിതം. പൂവ് കൊഴിഞ്ഞു വീഴു മ്പോൾ അതിനെ ഓർത്ത് തുഷാരമാകുന്ന കണ്ണീർ വാർക്കാൻ പ്രകൃതി യുണ്ട്. എന്നാൽ തന്റെ വിരഹത്തിൽകരയുവാനായി ഈ ഭൂമിയിൽ ആരു മില്ല എന്ന് കവി തുറന്നുപറയുന്നു. ഒരു നെടുവീർപ്പു പോലും തനിക്കു വേണ്ടി ആരും പുറപ്പെടുവിക്കുകയില്ല. കടൽത്തീരത്ത് പതിയുകയും തിര വരുമ്പോൾ മാഞ്ഞു പോവുകയും ചെയ്യുന്ന കാലടികളെപ്പോലെ നൈമി ഷികമാണ്, നിരർത്ഥകമാണ് തന്റെ ജീവിതമെന്ന സങ്കല്പം അങ്ങേയറ്റം നിരാശയിലാണ്ടു പോയ ഒരു മനുഷ്യന്റെ വാക്കുകളാണ്. പ്രതീക്ഷകളി ല്ലാത്ത, ഉറ്റബന്ധുക്കളില്ലാത്ത ഏകാകിയായ ഒരു മനുഷ്യന്റെ തീവ്രവേ ദനയാണ് 'എന്റെജീവിതം' എന്ന കവിതയുടെ അന്തർധാര. എന്റെ ജീവിതം എന്റെ കവിതയായി മാറുന്നു. ആരുമില്ലായ്മയുടെ കടുത്ത ഒരു പ്രതികരണമായിരുന്നു അദ്ദേഹത്തിന്റെ മരണവും. പുല്ലിനും പൂവിനും

വരെ ഗ്രാമ്യഭാഷയിൽ പറഞ്ഞാൽ ചോദിക്കാനും പറയാനും ആളുണ്ട്. പക്ഷേ ഈ ഭൂമിയിൽ കവിക്കു വേണ്ടി കരയുവാനായി,

"ആഹോ മഹാകഷ്ടമെനിക്കുവേണ്ടിയി-
ട്ടാവനിയിലാരും കരയുകയില്ല.,"

എന്ന് വിഷാദപ്പെടുന്നു. ആരുമില്ല എന്നത് മഹാകഷ്ടമായി കവി കാണുന്നു. പനിനീർപ്പൂവിന്റെ യാത്രാമൊഴി അവതരിപ്പിച്ചിരിക്കുന്ന 'പശ്ചാ ത്തലം' എന്ന കവിതയിലും തന്റെ ജീവിതത്തിന്റെ ഇരുൾമൂടിയ വഴി ത്താരകൾ തന്നെയാണ് കോറിയിടുന്നത്.

"ഹതഭാഗ്യനെനിക്കിനിയൊരു ഞൊടിയിവി-
ടത്തി-
ലധിവസിക്കുവാൻ കൊതി മതിയിലില്ല."

(പശ്ചാത്താപം)

ഒരു നിമിഷം പോലും ജീവിക്കുവാൻ തനിക്കാഗ്രഹമില്ലെന്ന് പറ യുന്ന പൂവ് കവി തന്നെയാണ്. ഹതഭാഗ്യനാണ് എന്ന് പറയുമ്പോഴും സ്വന്തം സൗഭാഗ്യം കവി തിരിച്ചറിഞ്ഞില്ല. പൂവിന് സൗന്ദര്യവും സൗര ഭ്യവും പോലെ കവിക്കുമുണ്ടായിരുന്നു കാവ്യസൗരഭ്യവും മുഖസൗന്ദ ര്യവും. എന്നാൽ എന്തൊക്കെയോ ആതുരതകളുടെ ലോകത്ത് വേഷപ്പ കർച്ചകൾ നടത്തിക്കൊണ്ടിരുന്ന മനസ്സിന് ഇവ തിരിച്ചറിയാൻ കഴിഞ്ഞി ല്ല. സദാ വേദനയുടെ ലോകത്താണെന്ന് സ്വയം പരിശീലിപ്പിച്ച മനസ്സിനെ തിരിച്ചുപിടിക്കുവാൻ പ്രയാസം തന്നെയാണ്. പശ്ചാത്താപത്തിനു പോലുമിടയില്ലാത്ത വിധത്തിൽ മറഞ്ഞു പോയില്ലേ? നിലയും വിലയു മില്ലെന്നും മറ്റുള്ളവർ പരിഹസിക്കുമെന്നുമൊക്കെ വെറുതെ തെറ്റിധരി ച്ചു. അപകർഷതാ ബോധം കുത്തിമുറിവേല്പിച്ചുകൊണ്ടിരുന്നു. ആത്മ ധൈര്യം സംഭരിക്കുവാനുള്ള ശ്രമം പോലും നിഷ്ഫലമായി. അകളങ്ക മായൊരു മനസ്സായിരുന്നു അദ്ദേഹത്തിന്റേത്. അതുകൊണ്ടായിരിക്കാം ഇപ്രകാരമൊക്കെ ചിന്തിക്കുകയും പ്രവർത്തിക്കുകയും ഒക്കെ ചെയ്തത്. നിത്യസഖിയായി മരണത്തെ കണ്ടത്, അവളെ സ്വീകരിച്ചത്.

"നില്ക്കുക നിമ്നഗേ, നിന്നിൽ പതിച്ചു ഞാൻ
നിത്യസഖിതൻ നികടമെത്താം!"

(നില്ക്കുക)

ചിലപ്പോൾ മരണത്തെ തന്റെ അധിദേവതയായി കവി കാണുന്നു. അവളെ ആരാധിക്കുകയും സ്നേഹിക്കുകയും പ്രാപിക്കാനാഗ്രഹിക്കു കയും ചെയ്യുന്നു. അദൃശ്യമായൊരു ഭാവിക്കുവേണ്ടി മനുഷ്യൻ തന്റെ ജീവിതം പാഴാക്കുകയാണ്. അവൻ സംതൃപ്തിയുടെ, ആനന്ദത്തിന്റെ ലോകം തിരിച്ചറിയുന്നില്ല. അവനെപ്പോഴും അപരലോകത്തിലെ ആത്മ സുഖത്തിനായി ആഗ്രഹിക്കുന്നു. എന്നാൽ പ്രകൃതിയിലെ മറ്റെല്ലാ വസ്തു ക്കളും ജീവജാലങ്ങളും മരണമെന്ന തത്ത്വബോധമുൾക്കൊണ്ട് ഇഹജീ വിതത്തെ ആനന്ദിപ്പിക്കുന്നു. അടുത്ത നിമിഷം ചിറക് കൊഴിയാമെന്നി

രിക്കിലും ചിത്രശലഭം അവസാനം വരെയും ചിറകടിച്ച് ആനന്ദിക്കുന്നു. ജീവിതം ആസ്വദിക്കുന്നു. എന്നാൽ മനുഷ്യനാകട്ടെ ഇഹജീവിതത്തിലെ സന്തോഷ നിമിഷങ്ങളെ കാണാതെ 'മറ്റൊരമരലോകം' തേടി ജീവിതം പാഴാക്കുന്നു. യഥാർത്ഥത്തിൽ കവിയുടെ മനസ്സ് തന്നെയാണ് ഇവിടെ തുറന്നു വച്ചിരിക്കുന്നത്. ആനന്ദിക്കുവാനും ആസ്വദിക്കുവാനും ആഗ്ര ഹമുണ്ട്. എന്നാൽ വിഷാദവാനായിരിക്കുന്നു. സ്വന്തം ദുഃഖത്തിന്റെ പച്ച ത്തുരുത്തിൽ കണ്ണും കെട്ടിയിരിക്കുന്നു. ഈ ലോകത്ത് മറ്റെല്ലാവരും, പ്രകൃതിയും സ്വയം ആനന്ദചിത്തരായി മാറുന്നു. എന്നാൽ കവി മാത്രം ഈ ലോകത്തിൽ നിന്നും വേറിട്ടു പോകുവാൻ ശ്രമിക്കുന്നു.

"ആനന്ദപ്രദമായ ഈ വേർപാടിൽ ആരും നഷ്ടപ്പെടുന്നില്ല. ഞാൻ നേടുന്നുമുണ്ട്" എന്ന് തന്റെ അന്ത്യസന്ദേശത്തിൽ കുറിച്ചത് ഇവിടെ ഓർക്കാ വുന്നതാണ്. ഈ യാത്ര ആനന്ദകരമാണെന്ന് കവി മനസ്സിൽ പതിച്ചു വച്ചിരിക്കുന്നു. മരണം നിത്യമായ ആനന്ദത്തിലേക്കുള്ള യാത്രയായി അദ്ദേ ഹത്തിന്റെ പല കവിതകളിലും പ്രത്യക്ഷപ്പെടുന്നത് ശ്രദ്ധിക്കേണ്ടതാണ്.

"അധികനാളവനിയിലധിവസിപ്പാ-
നാകയില്ലെന്നുള്ള തത്ത്വബോധാൽ"

(ഉണരുക)

ആർക്കും അതിന് സാധിക്കുകയില്ല. എന്നാൽ ആ അധികനാളിന്റെ ദൈർഘ്യം കുറയ്ക്കുവാൻ മാത്രമായിരുന്നു കവിയുടെ ശ്രമങ്ങൾ എന്ന് വേണം കരുതാൻ.

"നിയതി തൻ കരതലമൊരുവരേയും
നീണാളൊരേ മട്ടിൽ നിർത്തുകില്ലാ!"

(ഉണരുക)

'വർഷങ്ങളാകുന്ന തിരമാലകൾ ആഞ്ഞടിക്കുന്ന വൻകടലാണ് കാലം' എന്ന് 'കാലം' എന്ന കവിതയിൽ കാലത്തെക്കുറിച്ച് കവിക്കുള്ള സങ്കല്പം വ്യക്തമായി വരച്ചിട്ടിരിക്കുന്നു. കടലിനെപ്പോലെ അനാദിയും അന്തമില്ലാത്തതുമായ മനുഷ്യന്റെ ആഗ്രഹങ്ങളും ഈ ആഗ്രഹങ്ങൾ സാധിക്കാതെ വരുമ്പോൾ കണ്ണീരൊഴുക്കുക മാത്രമാണ് വിധിയെന്നും ആ കണ്ണീർ കലർന്നതാണ് കടലിന് ഉപ്പുരസം വരാൻ കാരണമെന്നും കവി നോക്കിക്കാണുന്നു.

"സങ്കടജല സമ്പൂർണ്ണമായുള്ള
വൻകടലാകും കാലം ഭയങ്കരം"

(കാലം)

ഭയങ്കരമായ ഈ കാലത്തിരമാലകളുടെ വേലിയേറ്റത്തിൽപ്പെട്ട് മനു ഷ്യജന്മം കടന്നു പോകുന്നു. കാലത്തെ കവി ഏറ്റവും അധികം ഭയന്നി രുന്നു. കാരണം, ഈ കാലത്തിന്റെ കസർത്തുകളിൽ ഏറ്റവും അധികം ചീന്തിയെറിയപ്പെട്ടത് കവിയുടെ ജീവിതമായിരുന്നല്ലോ. എല്ലാം തട്ടിയെ ടുത്തിട്ടും പിന്നെയും വേണമെന്നലറിക്കൊണ്ട് അക്ഷമനായി കാലം നിൽക്കുന്നത് കവി മനസ്സിലാക്കിയിരുന്നു. അതുകൊണ്ടാണ്,

"ശാന്തമാണെങ്കിലേറ്റമപകടം
ശാന്തമല്ലെങ്കിലേറ്റം ഭയങ്കരം"

(കാലം)

എന്ന് കാലത്തെ സങ്കല്പിച്ചത്. ശാന്തമായിരുന്നാൽ വലിയ അപ
കടം പിന്നാലെ വരുമെന്നും ശാന്തമല്ലെങ്കിൽ അതിലും വലിയ അപകടം
വരുമെന്നുമുള്ള കാഴ്ചപ്പാട് അനുഭവസിദ്ധം തന്നെയാണ്. ഇക്കാര്യം
തന്നെ കവി 'ആശ' എന്ന കവിതയിലും വ്യക്തമാക്കുന്നുണ്ട്. അതിനാൽ
കാലത്തെ കാളസർപ്പമായിട്ടാണീ കവിതയിൽ കാണുന്നത്.

"മതിയെന്നാശേ, നിന്നെക്കൂടിയും വിഴുങ്ങുവാൻ
ചതിയനൊരാളുണ്ട് കാലമാം കാളസർപ്പം....!!!"

(ആശ)

കാലമാകുന്ന കാളസർപ്പത്തിന്റെ ദംശനത്താൽ വിഷം തീണ്ടി മര
ണത്തിന് കീഴ്പ്പെടേണ്ടവരാണ് നാം. അതിനാൽ ആഗ്രഹങ്ങൾക്ക് തട
യിട്ട് നിർത്തിയില്ലെങ്കിൽ നിരാശയോടെ മടങ്ങേണ്ടിവരുമെന്ന് നമ്മൾ തിരി
ച്ചറിയണം. ചിലപ്പോൾ ആഗ്രഹങ്ങൾക്കുപിന്നാലെ പായുമ്പോൾ ഉള്ളതു
കൂടി നഷ്ടപ്പെട്ടേക്കാം. ചിറകുകൾ കരിഞ്ഞു വീണേക്കാം. മുന്നോട്ടു
പോകൽ അസാദ്ധ്യമായിത്തീർന്നേക്കാം. ജീവിതത്തിന്റെ ഉയർച്ച താഴ്ച
കളും സ്വപ്നങ്ങളുടെ നിരർത്ഥകതയും ആഗ്രഹങ്ങളുടെ നിഷ്ഫലതയും
ഒക്കെ തിരിച്ചറിഞ്ഞ് എല്ലാ ബാഹ്യവേഷങ്ങളെയും നിർമമനായി നോക്കി
ക്കാണുന്ന ഒരു കവി ഈ കവിതയിലുണ്ട്.

"പോകയാണയാളൊരു
കാമുകൻ, കാണും മർത്ത്യ-
ർക്കാകവേയൊരു മൂകൻ,
സങ്കേതസത്മോന്മുഖൻ"

(ഏകാന്തകാമുകൻ)

എന്ന് 'ഏകാന്തകാമുകൻ' എന്ന കവിതയിലും തന്റെ യാത്രയെ
പ്പറ്റി സൂചിപ്പിക്കുന്ന കവിയുടെ ഏകാശ്രയം പ്രണയം മാത്രമായിരുന്നു.
ഒരു കാമുകനായി കവി സ്വയം വിശേഷിപ്പിക്കുന്നു. 'മണിമുഴക്ക'ത്തിലും
'കരയുവാനായ് പിറന്നോരു കാമുകൻ' എന്ന് പാടുന്നുണ്ടല്ലോ. ആ നിത്യ
കാമുകൻ പ്രണയിച്ചിരുന്നത് മരണത്തെയായിരുന്നു. അത്ര തീവ്രമായി
അവളെ ആഗ്രഹിച്ചിരുന്നു. എല്ലാ വേദനകളിൽ നിന്നുമുള്ള മോചനം,
അസ്വാതന്ത്ര്യങ്ങളിൽ നിന്നും ഇല്ലായ്മകളിൽ നിന്നും ഉള്ള രക്ഷപ്പെടൽ,
അതായിരുന്നു കവിയുടെ കാമുകി. പ്രത്യക്ഷത്തിൽ ചില പെൺകുട്ടി
കളെ കവി ഇഷ്ടപ്പെട്ടിരുന്നു. ഒരുപക്ഷേ അവർ പോലുമറിയാതെയായി
രുന്നിരിക്കണം തീവ്രപ്രണയം നടന്നത്. 'ശ്യാമള' എന്ന കവിതയിൽ സങ്ക
ല്പകാമുകിയായ ശ്യാമളയെ കാണുവാൻ എന്നും പാടത്തിൻകരയിൽ
കവിപോകുമായിരുന്നു. അതീവ സുന്ദരിയായിരുന്ന അവളുടെ ശരീരവും
തലമുടിയുമൊക്കെ കവി വർണ്ണിക്കുന്നുണ്ട്.

"ആ രൂപം സ്മരിക്കലാണന്നെനി-
ക്കെന്തിലും പ്രീതിദമായ കാര്യം"

(ശ്യാമള)

ശ്യാമളരൂപിണിയുടെ രൂപം ഓർത്തിരിക്കുക മാത്രമായിരുന്നു കവി
ക്ക് പ്രിയതരമായ പ്രവൃത്തി. പലപ്പോഴും,

"ആളാരും കൂട്ടിനു കൂടാതെ സായാഹ്ന-
വേളകൾ തോറുമങ്ങെത്തിടും ഞാൻ;
ചെന്നെൽക്കുലയലചേർക്കുന്ന പാടത്തിൽ
തെന്നലുമേറ്റു നടന്നു ചുറ്റും;
ദൂരവേ പൈക്കളെ മാടിവിളിക്കുമ-
ത്താരൊളിമേനി കണ്ടാനന്ദിക്കും..."

(ശ്യാമള)

അവളെ കാണുവാനായി ആരെയും കൂട്ടിനുകൂട്ടാതെ കറങ്ങിച്ചുറ്റി
നടന്നിരുന്നു. ആ കുട്ടി ഇതൊന്നുമറിഞ്ഞിരുന്നില്ല. ഒന്നു സംസാരിക്കുക
കൂടി ചെയ്തിരുന്നില്ല. ആ സൗന്ദര്യം ആസ്വദിച്ചൊടുവിലാണ് കവി അറി
യുന്നത് അവളൊരു മാതാവാണെന്ന്. ശ്യാമള 'ഓമനത്തിങ്കൾ' പാടി
കുഞ്ഞിനെ ഉറക്കുന്നു. അപ്പോഴും കവി ശങ്കിച്ചത് സ്വന്തം കുട്ടിയായിരി
ക്കില്ലെന്നാണ്. പക്ഷേ പിന്നെ നോക്കുമ്പോൾ കുഞ്ഞിനെ മുലയൂട്ടുന്ന
താണ് കാണുന്നത്. തന്റെ ശ്യാമള ഒരമ്മയാണെന്നറിഞ്ഞപ്പോൾ കവി
സ്വയം പറഞ്ഞു പോവുകയാണ്.

"ഹന്ത! മന്മാനസ വീണതൻ തന്ത്രികൾ-
ക്കന്തരമെന്തിത്ര വന്നതാവോ?"

(ശ്യാമള)

ഒന്നും തിരിച്ചറിയാതെ, സൗന്ദര്യമുള്ളതു കാണുമ്പോൾ അവിടെ
ആരാധന തുടങ്ങും. യാഥാർത്ഥ്യം തിരിച്ചറിയുമ്പോൾ പശ്ചാത്താപവും
പാപബോധവും അപകർഷതാ ബോധവുമെല്ലാം പിടികൂടും. നാടുവിടലും
നഷ്ടപ്രണയവും കാല്പനികമായ ഒരന്യത്വത്തിലേക്കെത്തിക്കുകയും
ചെയ്യും. ഇടപ്പള്ളി യഥാർത്ഥത്തിൽ ഒരു സൗന്ദര്യാരാധകനായിരുന്നു.
മൂർത്തമായ സൗന്ദര്യത്തെ തീക്ഷ്ണമായി ആരാധിച്ചു. ആ സൗന്ദര്യം
വന്യമോ അന്യമോ ആകട്ടെ സ്വന്തമാക്കുവാൻ ആഗ്രഹിച്ചു. പക്ഷേ സ്വന്ത
മാക്കുവാനുള്ള പരിശ്രമങ്ങൾ നടത്തിയില്ല. അധഃകൃതനെന്നും അപരി
ഷ്കൃതനെന്നും വിശേഷിപ്പിച്ച് പരിത്യക്തനാകാൻ ശ്രമിച്ചു കൊണ്ടിരുന്നു.
ഓരോ കവിതയുടെ അന്ത്യത്തിലും ഈ അങ്കലാപ്പ് കവി പകർത്തി
വയ്ക്കുന്നുണ്ട്. യാതൊരാവശ്യവുമില്ലെങ്കിൽപ്പോലും മരണത്തെക്കുറിച്ച്
രണ്ടുവരി, നാശത്തെപ്പറ്റി രണ്ടുവരി എഴുതാതെ പോയാൽ എന്തോ
കുറവു പോലെയായിരുന്നു ഇടപ്പള്ളിക്ക്. ഈ മാനസികാവസ്ഥ കവി
യിൽ അന്തർലീനമായിരുന്നു. പ്രകൃതിയിൽ കാണുന്ന എന്തിനെയും കവി
മരണവുമായി ബന്ധപ്പെടുത്തും. പൂക്കൾ വിരിഞ്ഞു നില്ക്കുന്നതു കാണു
മ്പോഴുണ്ടാകുന്ന സന്തോഷത്തെക്കാൾ അത് പൊഴിഞ്ഞു വീഴുന്ന നിമി

ഷമാണ് കവിക്കു പ്രധാനം. പുഴ ഒഴുകുന്നതു കാണുമ്പോൾ ചാടി മരി
ക്കുവാനാണ് പ്രചോദനം.

"ജീവിതദുഃഖത്തിന്റെ കരയിൽ ഒറ്റയ്ക്ക് കുടിലും കെട്ടിപ്പാർത്ത ഈ
മനുഷ്യനായിരുന്നു മലയാള സാഹിത്യത്തിലെ ആദ്യത്തെ കാല്പനിക
വാദിയായ അന്യൻ (Romantic Outsider). സ്വതന്ത്രനായി ജനിക്കുന്നുവെ
ങ്കിലും മനുഷ്യൻ എന്നും ദുഃഖത്തിന്റെ ചങ്ങലകളിലാണെന്ന് ഇടപ്പള്ളി
വിശ്വസിച്ചു. ജീവിതം എന്ന അന്യരാജ്യത്തിൽ നിന്നും രക്ഷപ്പെടാനുള്ള
കാല്പനിക വാദിയായ ഒരന്യന്റെ അഭിലാഷം സ്വയം വളർന്ന് ആത്മഹ
ത്യയിൽ കലാശിക്കുകയാണ് ചെയ്തത്" എന്ന് ശ്രീ കെ പി അപ്പൻ
വിലയിരുത്തുന്നത് ഇവിടെ ഓർക്കാവുന്നതാണ്.

നിരാശ കൊണ്ട് നിറഞ്ഞ ജീവിതം ഇനി തള്ളി നീക്കുവാൻ പ്രയാസ
മായി കവിക്. "ജീവിതം നല്കാൻ മടിക്കുന്നതൊക്കെയും ജീവിച്ചു ജീവി
തത്തോടു ഞാൻ വാങ്ങിടും" എന്ന് വാശിപിടിച്ച കൂട്ടുകാരൻ ചങ്ങമ്പുഴ
യെപ്പോലെയാകണമായിരുന്നു ഇടപ്പള്ളിയും. മുന്തിരിച്ചാറു പോലുള്ളൊരീ
ജീവിതത്തെ എന്തു വന്നാലുമാസ്വദിച്ചേ അടങ്ങൂ എന്ന് ചിന്തിക്കണമാ
യിരുന്നു. ലഹരി പിടിപ്പിക്കുന്ന വേദനയിലും ജീവിതത്തിന്റെ നർത്തനം
കാണാൻ ഉൾക്കണ്ണുവേണ്ടിയിരുന്നു. പക്ഷേ അസ്വാസ്ഥ്യങ്ങളെ മറിക
ടന്ന് മനസ്സിനെ സ്വച്ഛസ്വാതന്ത്ര്യങ്ങളിലേക്ക് നയിക്കാതെ മരണത്തിന്റെ
നിത്യതയിൽ വിലയിപ്പിക്കുകയാണ് ഇടപ്പള്ളി ചെയ്തത്. കാലവും ആഗ്ര
ഹങ്ങളും നിരാശ മാത്രം സമ്മാനിച്ചുകൊണ്ടിരിക്കുന്നതിനാലാവണം
അദ്ദേഹം മരണത്തെ ആശ്രയിച്ചത്. ആഴത്തിൽ ചിന്തിച്ചാൽ മരണം
പോലും ആശ്രയമായി, വിധേയത്വമായി കാണുമായിരുന്നു അദ്ദേഹം.
എങ്കിലും അതിന് വിധേയനാകാൻ പോരാളിയായ അദ്ദേഹത്തിനാകുമാ
യിരുന്നില്ല. അദ്ദേഹം മനസ്സിൽ കൊണ്ടു നടന്നിരുന്ന ആ പ്രണയം,

"മമ പ്രണയ ലതിക തഴയ്ക്കുവാൻ
മരണശാഖയിൽ തന്നെ പടരണം"

ആ ലതികയ്ക്ക് പടരാൻ, തഴച്ചുവളരാൻ മരണമരം മാത്രമേ ഉള്ളൂ.
അത് അടിയുറച്ചൊരു വിശ്വാസ പ്രഖ്യാപനമായിരുന്നു. ആ വിശ്വാസം
സാക്ഷാത്ക്കരിക്കുവാനുള്ള ശ്രമങ്ങളായിരുന്നു പിന്നീടു നടന്നത്. തനിക്ക്
സ്വാതന്ത്ര്യം തരുന്നത് മരണമായിരിക്കും. അതിനുള്ള എല്ലാ തയ്യാറെടു
പ്പുകളും മനസ്സിൽ കവി കരുതിയിരുന്നു. അനുകൂല സാഹചര്യത്തിനായി
തക്കം പാർത്തിരുന്നു എന്നു വേണം കരുതാൻ. മരണം പോലും അങ്ങേ
യറ്റം കാല്പനികമാക്കി മാറ്റിയല്ലോ അദ്ദേഹം. കുളിച്ചൊരുങ്ങി മണവാ
ളന്റെ വേഷമണിഞ്ഞ് മുല്ലമാലയും ചാർത്തി വിളക്കു കുത്തിക്കെടുത്തി
പുസ്തകവായന അവസാനിപ്പിച്ച് 'മധുരം വരുന്നു ഞാൻ' എന്നേറ്റു പാടി
ക്കൊണ്ട് യാത്രയായല്ലോ...

"ജീവിതം എന്ന അന്യദേശത്തിൽ നിന്നും രക്ഷപ്പെടാനുള്ള ഈ
വെമ്പൽ സൃഷ്ടിശക്തിയെ വേദനിപ്പിക്കുകയും ഉന്മാദം കൊള്ളിക്കുകയും
ചെയ്തപ്പോൾ മരണത്തെ നേരിട്ട് സ്വാഗതം ചെയ്യുകയാണ് ഇടപ്പള്ളി

ചെയ്തത്" എന്ന് ശ്രീ കെ പി അപ്പൻ എഴുതിയതുപോലെ, ജീവിതം അദ്ദേഹത്തിന് അന്യദേശമായിരുന്നു. സ്വദേശം മരണരാജ്യമായിരുന്നു. അന്യദേശത്ത് എത്തുമ്പോഴാണ് അന്യത്വവും അസ്വാതന്ത്ര്യവും ഒക്കെ അനുഭവപ്പെടുക. ഇവിടെ ഒരവകാശവും തനിക്കില്ല എന്ന് കവി തിരിച്ച റിഞ്ഞിരുന്നു. 'സുധ' എന്ന കഥയിലും ഇതു വ്യക്തമാണ്. അവൾ ഒരി ക്കലും യഥാർത്ഥ ജീവിതമല്ല നയിച്ചത്. മുരളിയുണ്ടായിരുന്നെങ്കിൽ അങ്ങനെ, ഇങ്ങനെ ആയിരിക്കും എന്ന് ചിന്തിച്ച് ഒടുവിൽ മുരളിയുടെ അടുത്തേക്ക്, അയാൾ പോയ വഴിയേ തന്നെ തന്റെ ജീവിതവും ഭദ്രമാക്കി മാറ്റുന്നു. സുധ മരിച്ചെന്ന് ഒരിടത്തും പറയുന്നില്ല എന്നതാണ് മറ്റൊരു വസ്തുതയും.

ഇടപ്പള്ളിയുടെ മൂന്നാമത്തെ കവിതാ സമാഹാരത്തിലും മരണം തന്നെയാണ് പ്രധാന പ്രമേയമായി നില്ക്കുന്നത്.

> "എന്നാണെന്നാകിലും മണ്ണായി മാറിഞാ-
> നെന്നാഥന്നന്തികമെത്തുമെന്നാൽ,
> വന്നാളുമാതങ്ക വഹ്നി കെടുത്തുവാ-
> നിന്നായാ,ലായതിലാർക്കു ചേതം?
> മൽക്കരൾപൊട്ടിഞാനിന്നു മരിച്ചാലി
> പ്പുൽക്കൊടിപോലും കരകയില്ലാ."

(നിരാശ)

എന്നാണ് 'നിരാശ' എന്ന കവിതയിൽ വ്യക്തമാക്കുന്നത്. എന്നാ യാലും ഞാൻ മണ്ണായി മാറി എന്റെ നാഥയുടെ, അതായത് മരണത്തിന്റെ അരികിലെത്തും. ആളിക്കത്തുന്ന ഈ ദുഃഖത്തിന്റെ അഗ്നി കെടുത്തു വാൻ ഇന്ന് സാധിച്ചാലത്രയും നന്ന്. 'ഞാൻ മരിച്ചാലാർക്കു ചേതം' എന്ന ചോദ്യം സമൂഹത്തിന്റെ നേർക്കുള്ള പ്രതിഷേധമാണോ? വേദന തിന്ന് താൻ കരൾ പൊട്ടി മരിച്ചാലും ഒരു പുൽക്കൊടി പോലും കരയുകയില്ല എന്ന് കവിക്ക് നന്നായറിയാം. പക്ഷേ, ഈ അറിവുകൾ മിഥ്യയായിരുന്നു എന്നത് കാലം തെളിയിച്ച സത്യം. ഈ കവിയുടെ വേർപാട് ഇന്നും വായനക്കാരനെ ഈറനണിയിക്കുന്നു. കാലാന്തരങ്ങളിൽ ആ കണ്ണുനീ രിന്റെ ആഴം വർദ്ധിക്കുകയേ ഉള്ളൂ.

ഏതൊക്കെയോ മിഥ്യാ സങ്കല്പങ്ങൾക്കടിപ്പെട്ട്, ആശ്വസിക്കാൻ ഒരു പിടിവള്ളിയുമില്ലാതെ, പ്രതീക്ഷിക്കാൻ ഒന്നുമില്ലാതെ ഒരാൾക്കെത്ര നാൾ പിടിച്ചു നില്ക്കാനാവും എന്നതും പ്രസക്തമായ ഒരു ചോദ്യം തന്നെയാ ണ്. "മുന്നോട്ടു നോക്കിയാൽ ഘോരമഹാരണ്യം, പിന്നിലോ ശൂന്യമരു പ്പറപ്പും." മുന്നിലും പിന്നിലും ഇടത്തും വലത്തും സകലതും നഷ്ടപ്പെട്ടി രിക്കുന്നു. വൻതമോഗർത്തത്തിന്റെ വക്കിലാണ് കവി നില്ക്കുന്നത്. പിന്നെങ്ങിനെ രക്ഷപ്പെടുവാനാണ്? രക്ഷപ്പെടണമെന്ന ചെറിയ ഒരു മോഹ മാണ് താഴെയുള്ള വരികളിൽ കാണുന്നത്.

> "വില്ക്കാതിരിപ്പതുമെങ്ങിനെ മൃത്യുവിൻ
> വിൽക്കാശിനായിട്ടെൻ ജീവഭാരം."

(നിരാശ)

കാരണം
"ഒന്നിനും കൊള്ളാത്തൊരെന്നെ' നിന്നാരാമ-
ത്തെന്നൽ ശ്വസിക്കാനനുവദിക്കൂ'

(നിരാശ)

ഒന്നിനും കൊള്ളത്താവനാണ് താൻ എന്ന തോന്നൽ കവിയെ അപകർഷതാ ബോധത്തിലാഴ്ത്തുകയാണ്. ഓരോ കവിതയിലും വിസ്മയകരമായ വിധത്തിൽ മരണത്തെ വരച്ചിടുകയും മരണത്തിലേക്കാണ് താൻ ചെന്നു കൊണ്ടിരിക്കുന്നതെന്ന് ബോദ്ധ്യപ്പെടുത്തുകയും ചെയ്യുന്നു.

സ്വയം കുറ്റപ്പെടുത്തുന്നതുപോലെ ആശ്വസിക്കുകയും ചെയ്യുന്നത് പല കവിതകളിലും തെളിഞ്ഞുകാണാം. കാർമേഘങ്ങൾ ആകാശത്ത് പ്രത്യക്ഷപ്പെടുമ്പോൾ കൂരിരുട്ട് പരന്നേക്കാം. എന്നാൽ സുന്ദരതരമായ മഴവില്ലവിടെ തെളിഞ്ഞു വരും. തുടർന്ന് കുളിരണിയിക്കുന്ന മഴയും. ഇത് പ്രകൃതി നിയമമാണ്. കാഠിന്യമേറിയ വേനലിനുശേഷം മഴ സമൃദ്ധമായി പെയ്യും. ഏകാന്തനാണെങ്കിലും പൂങ്കുയിൽ ഉച്ചത്തിൽ പാട്ടുപാടും. അസ്തമിക്കാൻ പോകുന്ന സൂര്യൻ അതീവ സൗന്ദര്യമുള്ളവനായിരിക്കും. ആ അരുണപ്രഭയിൽ ഏവരും സന്തോഷിക്കും. ഇതിനൊക്കെ അർത്ഥം സങ്കടത്തിന്റെ അവസാനം ആനന്ദം എത്തിച്ചേരുമെന്നാണ്. ആയതിനാൽ 'ദഗ്ദ്ധ ഹൃദയമേ! നീ ചിരിക്കൂ' എന്ന് 'ഹൃദയസ്മിത'ത്തിൽ തന്റെ ഹൃദയത്തോട് കവി ആവശ്യപ്പെടുന്നു.

മരണത്തെ ആശ്ലേഷിക്കുവാൻ ശ്രമിക്കുമ്പോൾ ജീവിതത്തിലെ പ്രതീക്ഷ പിന്നോട്ടു വിളിക്കും. അങ്ങോട്ടുപോകാനാഗ്രഹമുണ്ട്. ഇവിടെ ജീവിക്കുവാൻ മോഹവുമുണ്ട്. ഈ രണ്ട് വിരുദ്ധ ദ്വന്ദങ്ങൾക്കിടയിൽപ്പെട്ട് കവി ഞെരുങ്ങുകയാണ് എപ്പോഴും. ജീവിതമോ മരണമോ അഭികാമ്യം എന്ന് തീർപ്പുകല്പിക്കാനുള്ള ശ്രമങ്ങളാണ് കവിതയിലൂടെ നടത്തുന്നത്. ഒരു കവിത മരണത്തെ പ്രകീർത്തിക്കുന്നതാണെങ്കിൽ തൊട്ടടുത്ത കവിത ജീവിതത്തെക്കുറിച്ചുള്ളതായിരിക്കും. മുന്നിൽ ജീവിതത്തിന്റെ കാടും പിന്നിൽ മരണത്തിന്റെ മരുഭൂമിയുമാണ് കിടക്കുന്നത്. അതിനിടയിലെ ചില സന്ത്രാസങ്ങളാണ് കവിതയുടെ വിശുദ്ധിയിൽ നിന്നും ലഭിക്കുന്ന ആശ്വാസ നിമിഷങ്ങൾ. തന്റെ കവിതകൾ വായിച്ച് സഹൃദയ ലോകത്തു നിന്നും ഒരുപക്ഷേ പഴയ പ്രണയിനി തിരിച്ചുവരുമെന്ന് പ്രതീക്ഷിച്ചിരുന്നുവോ?

"കരുണമാത്രമാണെനിക്കു വേണ്ടതി
ദ്ധരണിയിലതിന്നുറവു വറ്റിപ്പോയ്!
വിരിഞ്ഞൊരിസ്സുമം കരിഞ്ഞു വീഴ്വോളം
കരഞ്ഞുതന്നെ മേൽ കഴിച്ചിടാം കാലം...!"

(ഹൃദയാലാപം)

"ഗുണഗണമിണങ്ങുമപ്പൂമേനിയല്ല, നിൻ
പ്രണയസുധമാത്രമാണാശിപ്പതോമനേ
പരിമൃദുലചുംബനമല്ല, ഞാൻ നാഥന്റെ
കരചരണ ദാസ്യമാണാശിപ്പതെപ്പോഴും."

(രാഗിണി)

"സകല ശക്തിയും ക്ഷയിച്ചിടുമാശാ-
ശകലമുണ്ടെന്നെപ്പിരിയാതിപ്പൊഴും"

(ഹൃദയാലാപം)

സകല ശക്തിയും നശിച്ചിട്ടും ചെറിയൊരു മോഹത്തിന്റെ പേരി
ലാണ് ഇപ്പോഴുമിങ്ങനെ പാടിക്കൊണ്ടിരിക്കുന്നത്. ആ ശക്തിയും നശി
പ്പിക്കുന്നതാണ് കാലം. ഒരിറ്റു കരുണയ്ക്കുവേണ്ടി, ഒരു കരസ്പർശത്തിനു
വേണ്ടി, ഒരു തുള്ളിക്കണ്ണീരിനു വേണ്ടി കവി യാചിക്കുകയാണ്. എല്ലാ
സ്നേഹങ്ങളുടെയും ഉറവ വറ്റിപ്പോയിരിക്കുന്ന ഭൂമിയാണിത്. കരയുവാ
നായി മാത്രം പിറന്നവനാണ് താൻ എന്ന് ഒരു കൊച്ചുകുട്ടിയുടെ ശാഠ്യ
ത്തോടെയാണ് പറയുന്നത്. ഇരുപത്തിയേഴാമത്തെ വയസ്സിലും കരഞ്ഞു
തീർക്കുന്ന ഒരു ചെറുപ്പക്കാരൻ അശക്തിയുടെ പ്രതീകമാണ്. ഇത്രയേറെ
കരഞ്ഞു തീർക്കുവാനായി കവിയുടെ ക്രൂരാനുഭവങ്ങൾ കൃത്യമായി മന
സ്സിലാക്കുവാനും കഴിയുന്നില്ല. ഇംഗ്ലീഷ് പഠനം ആരംഭിച്ചപ്പോൾ താമ
സവും ഭക്ഷണവും ഒക്കെ സൗജന്യമായി ലഭിച്ചു. എല്ലാവരുടെയും പരി
ഗണനയുമുണ്ടായിരുന്നു. ചങ്ങമ്പുഴയെപ്പോലെയുള്ള സുഹൃത്തുക്കളു
മുണ്ടായിരുന്നു.

എറണാകുളത്തു നിന്നും ഇറക്കിവിട്ടെങ്കിലും തിരുവനന്തപുരത്ത്
താമസിക്കുവാനായി. ജോലിയും ലഭിച്ചു. ഉള്ളൂരിനെപ്പോലുള്ള മഹാകവി
കളുമായി പരിചയപ്പെട്ടു. അവതാരിക എഴുതിക്കൊടുത്തു. കവിതാ സമാ
ഹാരം പ്രസിദ്ധീകരിച്ചു. ഇതൊക്കെയല്ലേ ഭാഗ്യമെന്ന് നാം പറയാറുള്ളവ?
കുറഞ്ഞ കാലയളവിൽ രണ്ട് കവിതാ സമാഹാരങ്ങൾ പുറത്തിറങ്ങി.
ജനങ്ങൾ അംഗീകരിക്കാൻ തുടങ്ങി. ഇങ്ങനൊക്കെയാണല്ലോ ലോകം
അറിയുന്നതും സഹായിക്കുന്നതും? എല്ലാറ്റിനെയും കുറ്റപ്പെടുത്തി ഒന്നി
നായും കാത്തു നില്ക്കാതെ ഓടിപ്പോയാൽ ആർക്ക് എന്തു ചെയ്യാനാവും?

"കാമുകൻ കാമുകൻ രാഗമൂകൻ
കാണുന്നവർക്കൊക്കെ വാവദൂകൻ"

(അദൃശ്യബാഷ്പം)

പ്രേമസമ്പൂർണ്ണനായ ഒരു മനുഷ്യനു മാത്രമേ സ്വയം ഇങ്ങനെ പറ
യുവാൻ സാധിക്കൂ. ഈ കാമുകന്റെ കണ്ണുനീർ ലോകം കാണുവാൻ
ശ്രമിച്ചില്ല. എന്ന പരാതിയാണ് കവിക്കുള്ളത്. മറ്റുള്ളവർക്ക് ചിരിക്കാൻ
മാത്രമാണ് തന്റെ കണ്ണുനീർ ഉതകുന്നത്.

"കഠിനതര കോളിളക്കത്താലിരമ്പിടും
കടലിനു സമാനമാം ജീവിതം ഭീകരം"

(രാഗിണി)

"പരിസരമൊക്കെപ്പകച്ചു നോക്കവേ
പരിശൂന്യ-മിതാണനുഭവമെന്നും!"

(ഹൃദയാലാപം)

ഭീകരമായ ജീവിതത്തിൽ വഞ്ചനയും ശൂന്യതയുമാണ് കവിക്ക്
എന്നും ലഭിക്കുന്ന സമ്മാനം. ആത്മാർത്ഥതയോടെ ഇടപെടുമ്പോ

ഴൊക്കെ ആത്മനിന്ദയ്ക്കിടയാക്കുന്ന പ്രതികരണം. ആശ്വസിക്കുവാൻ ഒന്നും ലഭിക്കുന്നില്ല. സുന്ദരമായ മുഖം ഭാവിയുടെ ഘോരത വെളിച്ചത്തുകൊണ്ടുവരുന്ന കണ്ണാടിയായും, കൈവളകിലുങ്ങുന്ന ശബ്ദം കാലന്റെ വാഹനമായ പോത്തിന്റെ ശബ്ദമായും, ഇളം തെന്നൽ അന്ത്യനിശ്വാസമായും, നക്ഷത്രത്തിളക്കം പട്ടടത്തീയായും, കാർക്കൂന്തൽ പാഴ്ക്കരിക്കട്ടയായും, ആകാശം അന്ത്യാവരണമായും, പുഞ്ചിരി വൻചിതയിൽ ശേഷിച്ച ചാമ്പലായും കാണുകയാണ് കവി. കാഴ്ചകളൊക്കെയും വിപരീതങ്ങളായി മാറുന്നു. എല്ലാത്തരം ആശ്വാസങ്ങളും തിരിച്ചടികളായി പ്രത്യക്ഷത്തിൽ കാണുന്നു. സമൂഹത്തിന്റെ കരാളതകളെയാണ് കവി ഇവിടെ സൂചിപ്പിക്കുന്നത്. എന്തായിരുന്നു സാമൂഹികമായ കരാളതകൾ? സാമ്പത്തിക ഉച്ചനീചത്വങ്ങളും ജാതിപരമായ വ്യത്യാസങ്ങളും പിന്നെ പ്രണയവിരോധവുമാകാം കവി ഉദ്ദേശിക്കുന്ന കരാളതകൾ. ഇതെല്ലാം കവിയെ ദുഃഖാരണ്യത്തിൽ കൊണ്ടെത്തിക്കും. അതിനാൽ കവിക്കിന്ന് പ്രണയിക്കുവാനുള്ള അവകാശം പോലുമില്ലാതായിരിക്കുന്നു. അവകാശ നിഷേധമാണല്ലോ അസ്വാതന്ത്ര്യം. അങ്ങനെ കവിക്ക് സ്വാതന്ത്ര്യവും നഷ്ടപ്പെടുന്നു. എങ്കിലും ആശ്വസിക്കുന്നതിപ്രകാരമാണ്:

"ആശ്വസിച്ചീടുമെൻ ചിത്തമേ,യെങ്കിലും
ശാശ്വത പ്രേമം നശിക്കില്ലൊരിക്കലും."

(ആശ്വാസം)

എന്തൊക്കെയായാലും ശാശ്വത സ്നേഹം ഒരിക്കലും നശിക്കയില്ല. അതിന്റെ തെളിവു തന്നെയാണ് കവിയുടെ മരണം. സ്നേഹഗായകനായിരുന്നു ഇടപ്പള്ളി എന്ന് വിശേഷിപ്പിക്കാവുന്നതാണ്. അനശ്വരമായ സ്നേഹത്തിനു വേണ്ടിയാണ് അദ്ദേഹം നിലകൊണ്ടത്. ജീവിതമഹായാത്രയിൽ മനുഷ്യന് ധന്യമായിട്ടുള്ളത് ഇത്തിരി സ്നേഹം മാത്രമാണ്. ദുഃഖമയമായ ഓരോ ദിനങ്ങളും കവി എണ്ണിയെണ്ണിയാണ് തീർക്കുന്നത്. ആനന്ദത്തിന്റെ ഒരു കണിക കടമായിട്ടാണ് കവിക്കു ലഭിക്കാറ്. നാളെ പലിശയടക്കം തിരിച്ചുകൊടുക്കണം. പിന്നെയതു ലഭിച്ചിട്ടെന്തു നേട്ടം? കവിയുടെ മനസ്സ് വളരെ ദുർബലമായിരുന്നു. ഒന്നു തൊട്ടാൽ പൊട്ടും വിധം മുറുക്കിക്കെട്ടിയ വീണയായിരുന്നു. ഈ ദൗർബല്യമാണ് കവിയെ മരണത്തിലേക്ക് നയിച്ചത്. നിത്യവും കാണുന്ന കാഴ്ചകളിലും നേരിടുന്ന പ്രതിസന്ധികളിലും, കാണുന്ന മുഖങ്ങളിലും ഒക്കെ അപ്രതീക്ഷിതമായ അവസാനം ആവിഷ്കരിക്കുവാനായിരുന്നു കവിഭാവന സഞ്ചരിച്ചത്. ആ സഞ്ചാരം ജീവിതപാത്രം വരളാതിരിക്കുവാൻ വേണ്ടിക്കൂടിയായിരുന്നു. നിത്യവും പാടിപ്പാടി കൂട്ടിലകപ്പെട്ട കിളിപോലെയായിരുന്നു ഇടപ്പള്ളിയുടെ ഹൃദയം. കൂടുപൊളിച്ച് നിത്യതയുടെ സ്വച്ഛ വിഹാരങ്ങളിലേക്ക് ചിറകടിച്ചുയരുവാൻ കിളി ആഗ്രഹിച്ചു.

"സത്യപ്രകാശമേ, യെന്നെയുമാ-
നിത്യതയിങ്കലേയ്ക്കൊന്നുയർത്തൂ
കണ്ണീർക്കണങ്ങൾ തുളുമ്പി നില്ക്കും
സുന്ദരമാമിപ്പളുങ്കു പാത്രം

ഘോരനിരാശാശിലാതലത്തി-
ലാരുമറിയാതുടയും മുന്നിൽ"

(അർത്ഥന)

ഇവിടെ നിരാശയെ ഘോരനിരാശയെന്ന് വിശേഷിപ്പിച്ചിരിക്കുന്നു. അതിഭീകരമാണീ നിരാശ. അതിനുമപ്പുറം അതൊരുറച്ച ശിലയുമായി രുന്നു. ദുഃഖങ്ങൾ കൊണ്ട് നിറഞ്ഞ ജീവിതമെന്ന പളുങ്കുപാത്രം നിരാ ശയിൽ വീണുടഞ്ഞു പോകും. അതിനു മുമ്പ് തിരിച്ചുപിടിക്കുവാൻ സാദ്ധ്യവുമല്ല. പ്രേമത്തിന്റെ ചന്ദ്രികയിൽ അലിഞ്ഞില്ലാതാവാൻ കാംക്ഷിക്കുന്ന കവി പ്രണയം തന്നെയാണ് ജീവിതമെന്ന് അടിവരയിട്ടു പ്രഖ്യാപിക്കുന്നു. പ്രണയം ജീവിതമെങ്കിൽ പ്രണയഭംഗം മരണം തന്നെയാണ്. പൊട്ടി വീണ പളുങ്കുപാത്രം എന്ന് ജീവന്മരണങ്ങളെ പ്രതീകാത്മകമായി ചിത്രീ കരിക്കുന്നതിലൂടെ ജീവിതത്തിന്റെ നൈമിഷികതയും മരണത്തിന്റെ ശില യുറപ്പും വ്യക്തമാക്കുകയാണ് ചെയ്യുന്നത്. എല്ലാ പളുങ്കുകളും ഒടുവിൽ ഈ ശിലയിൽ പതിച്ച് പൊട്ടിച്ചിതറുന്നു. അനിത്യമാണിവയെല്ലാം. അതി നാൽ നിത്യതയുടെ സ്വപ്നത്തിലേക്ക് കവി ഊളിയിട്ടിറങ്ങുന്നു.

ഹൃദയസ്മിതത്തിലെ ഏറ്റവും അവസാനത്തെ കവിത ശ്രദ്ധേയമാ യിത്തീരുന്നത് അതിന്റെ പേരു കൊണ്ടുതന്നെയാണ്. 'പിരിഞ്ഞപ്പോൾ'— സരളയെ ആ കാമുകിയെ പിരിഞ്ഞപ്പോഴത്തെ അവസ്ഥയാണ് കവിത യിൽ പറയുന്നത്. എങ്കിലും ഈ സരള ഒരു പ്രതീകം മാത്രമാണ്. കവി യുടെ കാമുകിയായിരുന്നിരിക്കാം അവൾ. പക്ഷേ, വേർപിരിയലിന്റെ വേദ നയും വേർപാടിലുള്ള സ്തബ്ധതയും ഇവിടെ വ്യക്തമാക്കുന്നുണ്ട്. അപ്രതീക്ഷിതമായി കടന്നുവരുന്ന മരണത്തിന്റെ മുന്നിൽ മനുഷ്യന്റെ ചില പ്രതികരണങ്ങളാകാം ഓരോ വരിയിലും വരച്ചിട്ടിരിക്കുന്നത്. "കുടില കുളിർകുന്തളം കെട്ടഴിഞ്ഞങ്ങിനെ" എന്ന് കവിത തുടങ്ങുന്നു. കുടില മാണ് കുളിർകുന്തളം. അവളുടെ തലമുടി കെട്ടഴിഞ്ഞിരിക്കുന്നു. കറുപ്പ് അന്ധകാരത്തിന്റെയും മരണത്തിന്റെയുമൊക്കെ പ്രതീകമാണ്. മരണം കൊഴിഞ്ഞ് മുന്നിൽ നിന്നു ചിരിക്കുന്നതായി അല്ലെങ്കിൽ ആ കെട്ടുപാടി ലേക്ക് ആരെയോ സ്വീകരിക്കുന്നതിനായി അഴിച്ചിട്ടതായി വ്യാഖ്യാനിക്കാ വുന്നതാണ്. നെറ്റിയിൽ വിയർപ്പു പൊടിഞ്ഞിട്ടുണ്ട്. അതുപോലെ തൊടു കുറി പൊടിഞ്ഞ് മാഞ്ഞുപോയിട്ടുമുണ്ട്. കണ്ണമിടറിയും കണ്ണിലശ്രു നിറ ഞ്ഞും, ചില ചിന്തകൾ കൊണ്ട് ശ്വാസം മുട്ടിയും മുഖമാകെ കറുത്തിരു ണ്ടുമൊക്കെ മരണത്തെ പ്രതീക്ഷിച്ചുനില്ക്കുകയാണ്.

'വിഷമമിനി നില്ക്കുവാനെന്ന പോലങ്ങിനെ'യാണ് അവിടെ ആ കല്മഷ രൂപിണി നില്ക്കുന്നത്. അക്ഷമയാണിവിടെ മരണം. എന്നാൽ കവി ക്കിവിടെ നില്ക്കുവാനാഗ്രഹമുണ്ട്. എന്നാൽ കദനമൊരു രൂപമെടുത്ത പോലെയാണ് തന്റെ ജീവിതം. ഈ ജീവിതത്തിലിനി പ്രതീക്ഷകൾ ബാക്കി യില്ല. മരണം കതകിനു പിറകിൽ മറഞ്ഞു നിന്ന് കവിയെ വീക്ഷിക്കുന്ന തായും ആ നോട്ടം ഒരിക്കലും മറക്കുവാനാകുകയില്ലെന്നും കവി പറയുന്നു.

'സന്ദർശന'ത്തിൽ നിന്നു 'പിരിഞ്ഞപ്പോൾ' വരെയുള്ള കവിതകളി ലെത്തുമ്പോൾ ഇടപ്പള്ളിക്കവിതകളിലെ പ്രണയഭാഷ്യങ്ങൾ മരണഭാഷ്യ

ങ്ങളായി പരിവർത്തനപ്പെടുന്നതായിക്കാണാം. വിവിധ മുഖങ്ങളിൽ മര
ണത്തെ കവി കാണുന്നു. തെളിഞ്ഞു വരുന്ന ദൃശ്യങ്ങൾ നിരാശ
യുടെതാണെങ്കിലും മരണത്തിന്റെ പ്രലോഭനങ്ങളാണവയെല്ലാം. പ്രലോ
ഭനങ്ങളിൽ വീണു പോകണം എന്നതാണ് പ്രധാനം. അതുകൊണ്ട്
കരഞ്ഞു കരഞ്ഞു തീർക്കണമെന്ന് ഇടയ്ക്കിടെ പറയുന്നതും കേൾക്കാം.
സുന്ദരിമാരെ സന്ദർശിക്കുന്നതിലൂടെ ആശ്ചര്യകരമായ മരണദേവതയെ
പുരണരുകയാണദ്ദേഹം. വിചിത്രതരമായ അനുഭൂതികളിലൂടെ ആത്മ
യാനങ്ങൾ സാക്ഷാത്ക്കരിക്കുന്നു. ഒരുത്തിയെപ്പോലും പങ്കിലയാക്കാൻ
കവിക്ക് സാധിക്കുമായിരുന്നില്ല കാരണം ജീവിതമെന്ന അന്യദേശത്തി
രുന്ന് സ്വദേശമായ മരണത്തെ പ്രണയിച്ച കവിയായിരുന്നു അദ്ദേഹം.
ആ പ്രണയിനിക്കായി 'തുഷാരഹാര'മർപ്പിച്ച് 'നവസൗരഭം' നല്കി, 'ഹൃദ
യസ്മിത'വും തൂകി 'മണിനാദ'ത്തിലൂടെ മധുരതരമായി യാത്രയും
ചൊല്ലിപ്പിരിഞ്ഞുപോയി.

മണിനാദം

അനുഭവത്തിന്റെ തീക്ഷ്ണത കൊണ്ടും സത്യസന്ധതകൊണ്ടും
അന്ത്യമൊഴിപോലെ എഴുതപ്പെട്ട മണിനാദം ഇടപ്പള്ളിയുടെ മേഘനാദം
തന്നെയായിരുന്നു. ഏറെ പഠനങ്ങൾക്കും വിശകലനങ്ങൾക്കും വിഷയ
മായ കവിതയാണിത്. ജീവിതത്തെക്കുറിച്ചുള്ള ഉൾക്കാഴ്ചയും മരണ
ത്തെപ്പറ്റിയുള്ള പ്രകീർത്തനവുമാണിതിൽ കാണാൻ സാധിക്കുന്നത്.
ഏതൊരു വായനക്കാരന്റെയും മനസ്സിനെ മുറിപ്പെടുത്താൻ പോന്ന ഭാവ
തീവ്രത ഈ കവിതയ്ക്കുണ്ട്. ജീവിതത്തെ അതിന്റെ അർത്ഥപുഷ്ടി
യോടെ വീക്ഷിക്കുകയയും അതിന്റെ പരിപൂർണ്ണതയിൽ നമ്മെ പുണരാ
നെന്തുന്ന മരണത്തെ ആരാധിക്കുകയും ചെയ്യുന്ന കവിയെ 'മണിനാദ'
ത്തിൽ കാണാം. ജീവിതത്തിന്റെ സർഗ്ഗാത്മകമായ ഒരാഖ്യാനമാണ് ഒരു
വശമെങ്കിൽ മറുവശത്ത് മരണത്തെ പിന്തുടർന്നു പുണരുന്ന ജീവിത
ത്തിന്റെ യാത്രയാണത്. പ്രത്യാശാപൂർണ്ണമായ ജീവിതം, മൂല്യങ്ങൾ,
സ്നേഹസങ്കല്പം, മരണം ഇവയൊക്കെ വായനക്കാരന്റെ ഹൃദയത്തെ
അലിയിപ്പിക്കുന്നതരത്തിലാണ് ഈ ചെറുകവിതയിലൂടെ ആവിഷ്കരി
ച്ചിരിക്കുന്നത്. ആസ്വാദകമനസ്സിൽ മണിനാദം സൃഷ്ടിക്കുന്ന ധ്വനിസാ
ന്ദ്രത വളരെ ഉദാത്തമായ ഒരു സർഗ്ഗതലത്തിൽ വിശ്രാന്തി തേടുന്നതായി
വായിക്കാവുന്നതാണ്.

വിശ്വാസവും സ്നേഹവും നഷ്ടപ്പെട്ട ഈ ലോകത്തിൽ മുനിഞ്ഞി
രുന്ന കവിത കുറിച്ചിട്ടെന്തു നേട്ടം? മൂന്നു പുസ്തകങ്ങൾ പ്രസിദ്ധീകരി
ച്ചിട്ടും അംഗീകരിക്കേണ്ടവർ അംഗീകരിച്ചില്ല. പകരം പരിത്യജിക്കുക
യാണ് ചെയ്തത്. ആ പരിത്യാഗമോ വിവാഹക്ഷണക്കത്തിലൂടെ വിളം
ബരം ചെയ്യുകയും ചെയ്തു. പൊതുവേ തന്നെ അന്തർമുഖനും മൗന
പ്രിയനുമായിരുന്ന ഇടപ്പള്ളിക്ക് ഈ വിളംബരം താങ്ങുവാനായില്ല. അധഃ
കൃതനെന്ന് സ്വയം പ്രഖ്യാപിച്ച് ഈ സവർണ്ണലോകത്തു നിന്നും താൻ
പിരിയുകയായി എന്ന് സമൂഹത്തെ സമാശ്വസിപ്പിക്കുന്നു.

പ്രണയഭംഗം ഇടപ്പള്ളിയുടെ ആത്മഹത്യയ്ക്കും ഈ കവിതയുടെ രചനയ്ക്കും നിമിത്തമായിത്തീർന്നെങ്കിലും അതിന്റെ കഥ മാത്ര മല്ല കവി ഇവിടെ പറഞ്ഞിട്ടുള്ളത്. അതിനേക്കാൾ എത്രയോ വിപു ലവും അഗാധവുമായ അനുഭവസഞ്ചയത്തിൽ അത് ലയിച്ചു ചേരു ന്നതായി നാം കാണുന്നു. ജീവിതത്തെക്കുറിച്ച് കവിക്കുള്ള അനു ഭവജ്ഞാനത്തെ തികച്ചും ദൃഢതരമാക്കുകയും ജീവിതത്തിന്റെ അർത്ഥത്തെക്കുറിച്ച് തലപുകഞ്ഞാലോചിക്കാൻ അദ്ദേഹത്തെ പ്രേരിപ്പിക്കുകയും ചെയ്യുന്ന അനുഭവമാണ് പ്രണയഭംഗം. ജീവി തത്തിനു പൊതുവേയുള്ള അസ്ഥിരതയുടെയും പൊള്ളത്തരത്തി ന്റെയും പ്രതീകമായി പ്രണയാനുഭവത്തെ കവി കാണിച്ചു തരുന്നു എന്ന ശ്രീ കെ എസ് നാരായണപിള്ളയുടെ ഈ വിലയി രുത്തൽ തികച്ചും അർത്ഥവത്താണ്.

ജീവിതത്തിന് യാതൊരു സ്ഥിരതയുമില്ല എന്നത് ലോകസമ്മതമായ ഒരു കാര്യമാണ്. എന്നാൽ അതിലെ പൊള്ളത്തരങ്ങൾ മനുഷ്യസൃഷ്ട മായ സംഗതിയാണ്. സമൂഹത്തിന്റെ ചില പൊള്ളയായ വിശ്വാസങ്ങൾ, മനുഷ്യനും മനുഷ്യനും തമ്മിലുള്ള പരസ്പരബന്ധത്തിലെ കാപട്യ ങ്ങൾ, പ്രണയമെന്നാൽ നിരുപാധികമായ സ്നേഹമാണ്, ഈ നിരുപാ ധികതയെ തമസ്കരിക്കുന്ന സാമൂഹ്യനയങ്ങൾ, മനുഷ്യന്റെ നിലപാടു കൾ, സന്ദിഗ്ദ്ധഘട്ടങ്ങളിൽ തീരുമാനിക്കേണ്ട മനോനിലകൾ, ബന്ധ ങ്ങൾക്കു വന്നുചേർന്ന വിള്ളലുകൾ ഇതൊക്കെ മണിനാദത്തിന്റെ വ്യത്യസ്ത വാതായനങ്ങളാണ്. ഈ വാതിലുകൾ തുറന്ന് വായിക്കപ്പെ ടുമ്പോഴാണ് ഒരൊറ്റ കവിതയിൽ നിത്യസ്മാരകം തീർക്കുന്നവനാണ് കവിയെന്ന് തീർച്ചപ്പെടുത്തുവാൻ കഴിയുന്നത്. വ്യക്തമായ ചില കാഴ്ച പ്പാടുകളുടെ വെളിച്ചത്തിലേക്ക് മരണത്തിന്റെ നിത്യപ്രകാശത്തിലേക്ക് കവി എടുത്തുചാടിയതിന്റെ പൊരുൾ വ്യക്തമാകുന്നതപ്പോഴാണ്.

'മണിനാദം' എന്ന കവിതയുടെ കേന്ദ്രഹേതു പ്രണയഭംഗമാണെ ങ്കിലും പ്രണയഭംഗം മാത്രമാണ് മരണത്തിലേക്ക് നയിച്ചത് എന്ന് പറ യുന്നത് ഒരിക്കലും ശരിയല്ല. സ്നേഹശൂന്യമായ ലോകത്തെ ജീവിതം അസാധ്യമാണെന്ന് കവി പറയുന്നുണ്ട്. എറണാകുളത്തു നിന്നും വന്ന കവി തിരുവനന്തപുരത്തും പിന്നീട് കൊല്ലത്തും താമസിക്കുന്നുണ്ട്. പ്രണ യിനിയുടെ വേർപാട് മരണത്തിലേക്കുള്ള യാത്രയായിരുന്നെങ്കിൽ അന്ന് വീട്ടിൽ നിന്ന് ഇറക്കി വിട്ടപ്പോൾ തന്നെ മരണത്തെ പുൽകാമായിരുന്നു. വീട്ടുകാരും നാട്ടുകാരുമൊക്കെ അറിയുകയും ഇന്ന കാരണത്താലാണ് ഇറക്കിവിടപ്പെട്ടതെന്ന് കളി പറയുകയും ഒക്കെ ചെയ്ത അനുഭവം കവി ക്കുണ്ടായിരുന്നു. അപ്പോൾ എന്തു മാത്രം ഹൃദയവേദന കവി അനുഭവി ച്ചിരിക്കണം. മറ്റുള്ളവരുടെ പരിഹാസവും ആത്മസഖിയുടെ വേർപാടും നാടുകടത്തലും കവിയെ അതികഠിനമായി വേദനിപ്പിച്ചിട്ടുണ്ട്. എന്നാൽ അതിലൂടൊന്നും കവി മരണത്തിലേക്ക് എടുത്തറിയപ്പെട്ടില്ല. ജീവിത ത്തിന്റെ ഒഴുക്കിനെതിര നീന്തുകയായിരുന്നു. വാശിയോടെ തിരിച്ചുവ

രികയായിരുന്നു. സ്വന്തം കാലിൽ നില്ക്കാൻ തൊഴിലുകൾ ചെയ്യുമ്പോഴും കവിതാ കാമിനിയെ ഉപേക്ഷിച്ചില്ല. സാഹിത്യലോകത്ത് തല ഉയർത്തി നില്ക്കാനും മറന്നില്ല. മഹാകവി ഉള്ളൂരിന്റെ അവതാരികാ കുറിപ്പോടെ ആദ്യകവിതാ സമാഹാരം പുറത്തിറക്കുവാനും ശ്രമിച്ചു. അതു സാധി ക്കുകയും ചെയ്തു. ചെറുത്തുനില്പാണ് കവിതയെന്ന് സ്ഥാപിച്ചു. അമം ഗളകാരിയായ മരണമല്ല, വിദ്യാദേവതയായ അക്ഷരമാണ് തന്റെ കൂട്ടു കാരിയെന്ന് സാഹിത്യലോകത്തെക്കൊണ്ട് തിരുത്തുകയും ചെയ്തു. ജീവിതത്തെ അദ്ദേഹം പ്രണയംപോലെ മനസ്സിലാക്കിയിരുന്നു. ഭാവന യ്ക്കനുസരിച്ച് ജീവിതം പോകണമെന്നില്ല. ഇടയ്ക്കിടെ കാറ്റും കോളും കടന്നുവരാം ചിലപ്പോൾ വരൾച്ച അനുഭവപ്പെടാം. അപ്പോഴൊക്കെ അങ്ക ലാപ്പുമായി അലഞ്ഞു നടന്നിട്ടോ അലമുറയിട്ട് കരഞ്ഞിട്ടോ കാര്യമില്ല. ധീരതയോടെ നേരിടുക മാത്രമാണ് അഭികാമ്യം. ഇതു 'മണിനാദ'ത്തിൽ വച്ച് കവി തിരിച്ചറിഞ്ഞു. എന്നാൽ ഒരു ദുർബ്ബലനിമിഷത്തിൽ കുരുക്കി ട്ടുപിടിച്ച ജീവിതം തിരിച്ചുവരാതെ കുരുക്കുചാടി ഓടിക്കളഞ്ഞു എന്നു പറയുന്നതാവും ശരി. അവസാനശ്രമമായിരുന്നു 'നാളത്തെ പ്രഭാതവും' 'മണിനാദവും' പത്രമാപ്പീസിൽ എത്തിച്ചത്. എത്രയും പെട്ടെന്ന് പ്രസി ദ്ധീകരിക്കുവാൻ ആവശ്യപ്പെട്ടു. പക്ഷേ നിർദ്ദയ ലോകം പാടുവാൻ ആഗ്ര ഹിച്ചു നടന്ന പൊന്നോടക്കുഴൽ പൊട്ടിച്ചെറിഞ്ഞു കളഞ്ഞു.

വിവരിക്കാനാവാത്ത വിധത്തിലുള്ള ദാരിദ്ര്യം, തല ഉയർത്തിനട ക്കാനാവാത്ത വിധത്തിൽ അപമാനവും മാത്രം അച്ഛനിൽ നിന്നും ഏറ്റുവാങ്ങേണ്ടിവന്ന കുടുംബപശ്ചാത്തലം, അത്തരമൊരു പശ്ചാ ത്തലമുള്ള വ്യക്തികളുടെ കഴിവുകൾ അംഗീകരിക്കാൻ വിസമ്മ തിക്കുന്ന ഒരു സമൂഹം എന്നിവയുടെ നടുവിൽ നിന്ന് അദമ്യമായ വ്യക്തിത്വവും കർമ്മശേഷിയും സ്വഭാവശുദ്ധിയും ഭാവനാസ മ്പത്തും കൊണ്ടുമാത്രം മുന്നോട്ടുവന്ന് തന്റെ പേര് അനശ്വരമാ ക്കിയ ഇടപ്പള്ളി തന്റെ വിശ്വാസമെല്ലാം തകർത്തുകളഞ്ഞ സാഹ ചര്യങ്ങളുടെ നേർക്കു വിരൽചൂണ്ടിക്കൊണ്ട് ജീവിതം അവസാ നിപ്പിച്ചത് അർത്ഥവത്താണ്. അത് സ്ഥിരമായ വിഷാദാത്മകത്വ ത്തിന്റെയോ വൈകാരിക ദൗർബ്ബല്യത്തിന്റെയോ തെളിവല്ല. സ്വപ്ര ത്യയസ്ഥൈര്യം അതിൽ തെളിഞ്ഞുകാണാം. പരാജയം സമ്മ തിച്ചു കൊണ്ട് പൊങ്ങുതടിയെപ്പോലെ നാളുകൾ തള്ളി നീക്കാനോ തന്റെ വിശ്വാസങ്ങൾ വെടിഞ്ഞ് മറ്റൊരു വേഷം കെട്ടി പൊള്ളജീ വിതം നയിക്കാനോ അദ്ദേഹം തയ്യാറായില്ല എന്ന് ശ്രീ. കെ എസ് നാരായണപിള്ള ഇടപ്പള്ളിയുടെ മരണത്തെ വിലയിരുത്തുന്നു.

മരണത്തിലൂടെ വേദനകളിൽനിന്നും പാരതന്ത്ര്യങ്ങളിൽ നിന്നും മോചനം നേടാമെന്ന് കവി സങ്കല്പിച്ചിരുന്നു. എങ്കിലും മരണത്തെ പ്രാപി ക്കുവാൻ ഇത്തിരി ഭയന്നിരുന്നു. ജീവിതത്തെ അതുപോലെ പ്രണയി ക്കുകയും ചെയ്തിരുന്നു എന്നും മനസ്സിലാക്കാവുന്നതാണ്. ജീവിതത്തെ പൂർണ്ണതയോടെ മനസ്സിലാക്കുവാൻ കവി ശ്രമിച്ചിരുന്നു. ആ പൂർണ്ണത

58

യിൽ ജീവിക്കുവാനും ആഗ്രഹിച്ചു. എന്നാൽ തന്റെ സങ്കല്പങ്ങളെ യെല്ലാം സമൂഹം അപൂർണ്ണമാക്കുകയാണ് ചെയ്തത്. വേദനിക്കുന്ന മന സ്സുമായി മല്ലിട്ടാണ് സമകാലികനായ കവി ചങ്ങമ്പുഴയും ജീവിച്ചത്. കപ ടലോകത്തിൽ ആത്മാർത്ഥമായ ഹൃദയവും കൊണ്ട് കരഞ്ഞ് കര ഞ്ഞാണ് ചങ്ങമ്പുഴ ജീവിതം നയിച്ചത്. കരഞ്ഞും നിലവിളിച്ചുമല്ല യാഥാർത്ഥ്യ ബോധത്തോടെ നേരിടുക, വെല്ലുവിളിക്കുക എന്നതാണ് ഇടപ്പള്ളി സ്വീകരിച്ച നിലപാട്.

ഒരു പ്രതിഭാശാലിയുടെ ആത്മഹത്യ ഭൗതികകാരണങ്ങളിൽ നിന്ന് സ്വതന്ത്രമായി നില്ക്കുന്ന ഒരു മാന്ത്രികക്രിയയായിരിക്കാം. ഈ കവിയുടെ ആത്മഹത്യ എന്തിന്റെയെങ്കിലും പരിണതഫലമല്ല, അദ്ദേഹത്തിനു സംഭവിച്ച ഒരാപത്തുമല്ല, അത് പ്രത്യേകമായ ഒരു ഭാവനയുടെ ആവിഷ്കാരമാണ്. മണിനാദത്തിലൂടെ സ്വയം ഹത്യ യുടെ പ്രേരണകളെ സംഗീതത്തിന്റെ തലങ്ങളിലേക്ക് ഉയർത്തു കയാണ് ഇടപ്പള്ളി ചെയ്തത്. മരണത്തിനു നേരെ തനിക്കുണ്ടാ യിരുന്ന ആഭിമുഖ്യങ്ങളോടുള്ള അനുസരണയായിരുന്നു അത്. ആത്മഹത്യയുടെ വരപ്രസാദം കൊണ്ട് വിങ്ങി നില്ക്കുന്ന മനോഭാ വവും മരണത്തിന്റെ സരോവരങ്ങളിലേക്ക് നീലഭൃംഗങ്ങളായി പറ ക്കുന്ന വാക്കുകളും അതാണ് തെളിയിക്കുന്നത്.

എന്ന് ശ്രീ കെ പി അപ്പൻ ഇടപ്പള്ളിയുടെ മരണത്തെ സാധൂകരി ക്കുന്നു. പ്രിയദർശിനിയാണ് കവിക്ക് മരണം. തന്റെ ദർശനത്തിന്റെ എല്ലാ പരിവേഷങ്ങളും ആത്യന്തികമായി മരണസഖിക്കാണ് കവി ചാർത്തി കൊടുത്തിരിക്കുന്നത്.

"മണിമുഴക്കം! മരണദിനത്തിന്റെ
മണിമുഴക്കം മധുരം! വരുന്നു ഞാൻ!"

(മണിനാദം)

മണിമുഴങ്ങുന്നത് പലപ്പോഴും ദൈവികമായ ഒരു അന്തരീക്ഷത്തി ലാണ്. ക്ഷേത്രങ്ങളിലാണെങ്കിൽ ദീപാരാധന സമയത്താണ് മണി ധാരാ ളമായിട്ടടിക്കുക. പള്ളികളിലാണെങ്കിലും ആരാധനയുടെ ഭാഗമായിട്ടാണ് മണിയടിക്കുക. കവിയും തന്റെ ആരാധ്യദേവതയുടെ സന്നിധിയിലേക്കു പോകുന്നതിനുള്ള മണിമുഴക്കിയിരിക്കുകയാണ്. അല്ലെങ്കിൽ ആ മണി നാദത്തിനായി കാതോർക്കുകയാണ്. ഇതാ ആ ദിവസം വന്നെത്തിയിരി ക്കുന്നു. ഏറ്റവും മധുരതരമായ ഒരനുഭൂതിയായിട്ടാണ് മരണത്തെ അദ്ദേഹം കാണുന്നത്. മരണത്തിൽ നിന്നും തന്നെ പിന്തിരിപ്പിക്കുവാൻ കൂട്ടുകാർ ശ്രമിക്കുന്നുണ്ടെന്ന ധ്വനിയാണ് മൂന്നാമത്തെ വരിയിൽ പറ യുന്നത്. അവരെയൊക്കെ കബളിപ്പിച്ച് വിജയരഥത്തിലൂടെ കവി തന്റെ ആത്മസഖിയുടെ അരികിലേക്ക് യാത്രയാകുന്നു.

ചിലരോടൊക്കെയും കവിക്ക് അമർഷമുണ്ട്. ഈ ലോകനീതികളോട്, സാമുദായികമായ ഉച്ചനീചത്വങ്ങളോട്, സാമ്പത്തിക അസമത്വങ്ങളോട്

കവി അസഹിഷ്ണുവായിരുന്നു. തന്നെയോർത്ത് സഹതപിക്കുവാൻ ആരുമുണ്ടാവില്ലീ ലോകത്ത്. അവർക്കെല്ലാം തന്റെ യാത്ര ചിലപ്പോൾ ആഹ്ലാദപ്രദമായിരിക്കാം. കാരണം, തന്റെ ജഡം കഴുകന്മാരാണ് കാത്തു സൂക്ഷിക്കുക. ഇത്തിരി സംഭ്രമമുണ്ടെങ്കിലും ജീവിതത്തിന്റെ നിസ്സഹാ യമായ അധ:കൃതത്വത്തിൽനിന്ന് എന്നെന്നേക്കുമായി മോചനം ആവശ്യ മാണ് എന്ന് കവി ശാഠ്യം പിടിക്കുന്നു. വിശ്വാസവും സ്നേഹവും നഷ്ട പ്പെട്ട ഈ ലോകത്തിൽ അസ്വാതന്ത്ര്യത്തോടെ കഴിയുന്നത് അതീവ ദുസ്സ ഹമായ അനുഭവമാണ്. അപ്പോൾ പ്രതീക്ഷയ്ക്കു വേണ്ടി ഒന്നുള്ളത് മരണം മാത്രമായി മാറുന്നു. അവിടേക്കു പോകുവാൻ താമസം വരു ന്തോറും കൂടുതൽ അസ്വതന്ത്രനും ദുഃഖിതനുമായി മാറുന്ന കവിക്ക് ഏകാ ന്തമായ ജീവിതയാത്ര അവസാനിപ്പിക്കേണ്ടത് അനിവാര്യമായിത്തീരു ന്നു. അച്ഛൻ, അമ്മ, സഹോദരൻ, കാമുകി, സുഹൃത്തുക്കൾ എല്ലാവരും അദ്ദേഹത്തെ തനിച്ചാക്കി. അല്ലെങ്കിൽ ഈലോകത്ത് തനിക്ക് താൻ മാത്ര മേയുള്ളൂ എന്നുള്ള ഒരു സങ്കീർണ്ണ ലോകം മനസ്സിൽ ഒരുക്കിയെടുത്തു. ആ സങ്കീർണ്ണതയെ താലോലിച്ചു മോചനമാർഗ്ഗത്തെപ്പറ്റി ആലോചിച്ചു. അങ്ങനെ ആത്യന്തികമായ മോചനം മരണമെന്ന നിത്യസത്യം മാത്രമാ ണെന്ന ദാർശനിക പാരമ്പര്യത്തിലേക്ക് കവി എത്തിച്ചേർന്നു.

"അഴകൊഴുന്ന ജീവിതപ്പൂക്കളം
വഴിയരികിലെ വിശ്രമത്താവളം"

(മണിനാദം)

ജീവിതത്തെ ഒരു പൂക്കളമായി ചിത്രീകരിക്കുകയാണീ വരികളിൽ. അഴകുനിറഞ്ഞ വർണ്ണാഭമായ ഒരു പൂക്കളമാണ് ജീവിതം എന്നത് പ്രസാ ദാത്മകമായ സങ്കല്പമാണ്. വിവിധനിറങ്ങൾ ഉള്ള, മണങ്ങൾ ഉള്ള കൃത്യ തയോടെ വിന്യസിച്ച ആഘോഷപൂർണ്ണമായ, ആനന്ദപ്രദമായ, കൂട്ടായ്മ യുടെ, സാംസ്കാരികത്തനിമയുടെ പ്രതീകമാണ് പൂക്കളം. ജീവിത ത്തിന്റെ പ്രകാശപൂർണ്ണമായ വശമാണ് ഈ വരികളിലാദ്യം പ്രകടമാകു ന്നതെങ്കിൽ വഴിയരികിലെ വിശ്രമത്താവളമായി കാണുമ്പോൾ ജീവിതം ജന്മാന്തരങ്ങളിലൂടെയുള്ള യാത്രയുടെ ഭാഗം മാത്രമായി മാറുന്നു. മര ണത്തിലേക്കുള്ള യാത്രയിലെ സത്രമാണ് ജീവിതം. വിശ്രമത്താവളം ഒരു കൊട്ടാരമായിട്ടും കവി കാണുന്നു. മേടയെ ശോഭയുറ്റതാക്കുന്നതാ കട്ടെ സങ്കടത്തിനിടയിൽ അല്പം ആനന്ദം കലർത്തി മെഴുകി വെടിപ്പാ ക്കുന്ന സമ്പ്രദായമാണ്. ജീവിതത്തിന്റെ സുഖദുഃഖ സമ്മേളനം കവിക്ക് പ്രത്യക്ഷമായറിവുള്ളതാണല്ലോ. ഓരോ കാല് എടുത്തു വയ്ക്കുമ്പോഴും വളരെ സൂക്ഷിക്കണം ഇല്ലെങ്കിൽ ജീവിതവഴികളിൽ തെന്നിവീഴുവാൻ ഇടയാകും. അത്രയേറെ ജീവിതത്തിന്റെ ശ്രദ്ധാപൂർണ്ണതയെപ്പറ്റി കവി ബോധവാനായിരുന്നു. പ്രകൃതിയെയും മനുഷ്യനെയും കവിതയെയും കവി ഏറെ സ്നേഹിച്ചിരുന്നു. അതിനേക്കാളേറെ പ്രണയത്തെയും ഇഷ്ട പ്പെട്ടിരുന്നു. ഏറ്റവും ആനന്ദപ്രദമായ അനുഭവമായി പ്രണയലഹരിയെ കവി ആസ്വദിച്ചിരുന്നു. സുഖദവും സുന്ദരവുമായിരുന്നു പ്രണയം. പ്രണ

യത്തിന്റെ പരിവേഷം കൊണ്ട് ആകാശത്തോളം ഉയർന്ന് പൊങ്ങി. അടു
ത്തനിമിഷം നിലം പൊത്തി താഴെ വീഴുകയും ചെയ്യും. പ്രണയത്തിന്റെ
തടവറയിൽ ജീവപര്യന്തം കിടക്കുവാൻ കവിക്കിഷ്ടമാണ്. എന്നാൽ ആ
തടവറയിൽ പോലും ചിലതു കടന്നുവന്ന് എല്ലാ സൗഭാഗ്യത്തെയും തട്ടി
ത്തെറിപ്പിക്കും. അതാണ് കാലം. സമൂഹം. ആ ഒഴുക്കിൽ നിന്നും തിരി
ച്ചു കയറാൻ കവിക്കു കഴിയില്ല. അതിനാൽ മരണത്തിന്റെ ധന്യാത്മക
മായ മുഴക്കത്തിലേക്ക് മധുരോദാരമായ അനുഭൂതിയായി പറന്നു പോവു
കയാണിതാ എന്ന് പ്രഖ്യാപിക്കുന്നു.

ഒരു പകുതിയിൽ പ്രണയത്തിന്റെ എല്ലാ സാധ്യതകളെയും ആന
ന്ദനിർവൃതിയായി കാണുമ്പോൾ മറുപകുതിയിൽ സമൂഹത്തിന്റെ
നേർക്കുള്ള പ്രതിഷേധ സ്വരം രൂക്ഷമായിത്തീരുന്നു.

> "ചിരികൾ തോറുമെൻ പട്ടടത്തീപ്പൊരി
> ചിതറിടുന്നോരരങ്ങത്തു നിന്നിനി
> വിടതരൂ, മതിപോകട്ടെ ഞാനുമെൻ
> നടന വിദ്യയും മൂകസംഗീതവും!
> വിവിധരീതിയിലൊറ്റ നിമിഷത്തിൽ
> വിഷമമാണെനിക്കാടുവാൻ പാടുവാൻ"

(മണിനാദം)

സമൂഹത്തിലെ മുഖങ്ങളൊക്കെയും തന്നെ നോക്കി പരിഹസിക്കു
ന്നതായും ആ പരിഹാസം തന്റെ ചിതയൊരുക്കുകയാണെന്നും കവി
ചിന്തിക്കുന്നു. ഈ ജീവിതത്തിൽ നിന്നും പിന്മറയുവാൻ നേരമായിരി
ക്കുന്നു. കാരണം തന്റെ പട്ടടയിൽ തീപ്പൊരി വീണുകഴിഞ്ഞിരിക്കുന്നു.
കപടലോകത്തിൽ ഏകമുഖം മാത്രമുള്ള കവിക്ക് ലോകത്തിന്റെ മാർഗ്ഗ
ങ്ങൾ സഹിക്കാൻ കഴിയുന്നില്ല. ഒറ്റ നിമിഷത്തിൽ വൃത്യസ്തങ്ങളായ
വേഷങ്ങളാടാൻ തനിക്കറിയില്ല. പുതിയ പുതിയ രീതികൾ പരീക്ഷി
ക്കാനും മനസ്സനുവദിക്കുന്നില്ല. എല്ലാം അപൂർണ്ണമായി അവസാനിക്കുന്നു.
അതിനാൽ ഇനി അണിഞ്ഞൊരുങ്ങലൊക്കെ കഴിഞ്ഞു. ഒരുക്കങ്ങൾ
പൂർത്തിയാക്കിയതിൻ ശേഷം 'മണിയറയിലിരുന്നു നിഗൂഢമായ്' എന്നും
പ്രയോഗിച്ചിരുന്നു. മണിയറ മരണദേവന്റെ കിടക്കയാവണം. അതുകൊ
ണ്ടാണ് നിഗൂഢമായി എന്ന് വിശേഷിപ്പിച്ചിരിക്കുന്നത്. ഇപ്പോൾ കവി മണ
വാളന്റെ വേഷത്തിലാണല്ലോ. മണവാളനും മരണവും തമ്മിലുള്ള വേഴ്ച
യാണ് ഇനി അവശേഷിക്കുന്നത്. മരണാനന്തര ജീവിതം അതീവ സന്തു
ഷ്ടമായിരിക്കുമെന്ന് കവി സങ്കല്പിക്കുന്നു. ഇഹലോകത്തിൽ മനസ്സ്
തവിടു പോലെ തകർന്നു തരിപ്പണമാവുകയാണ്. എന്നാൽ ഇനി ചിരിച്ചു
ചിരിച്ചു കുഴയുവാൻ പോകുന്നു. അതിനുള്ള മണിയടിയിതാ മുഴങ്ങുന്നു.

അതിവിചിത്രമായ നിയമങ്ങൾ നിലനില്ക്കുന്നിടമാണീ ഭൂമി.
എങ്ങനെ മാറി നോക്കിയാലും ഒന്നും പര്യാപ്തമാകാത്ത അവസ്ഥ. ചിരി
ക്കുവാനും കരയുവാനും കഴിയുന്നില്ല. വേഷങ്ങൾ പലതുമണിഞ്ഞു
നോക്കി ഒന്നിനും ചേർച്ചയില്ല. ഓരോന്ന് ഊരി മാറ്റുമ്പോഴും ചിലതൊക്കെ

ഉടക്കി നില്ക്കും. പരിപൂർണ്ണതയിലെത്താൻ ആരും അനുവദിക്കുകയില്ല. പ്രണയം പോലും നാടകാഭിനയമായി മാറിയിരിക്കുന്നു. ഒടുവിൽ ചോര ചിന്തി മരിക്കുവാനുമിടയാകും. അപരലോകത്തിലെങ്കിലും ആത്മസുഖ ത്തോടെ കഴിയാൻ കവി ആഗ്രഹിച്ചു പോകയാണ്. അവിടെയും കവിയെ അസ്വസ്ഥനാക്കാൻ ഒരുപക്ഷേ കാലം കടന്നുവന്നേക്കാം. സമൂഹ ത്തോടും കാലത്തോടും കവിക്കുള്ള അമർഷം ഏറ്റവും പ്രത്യക്ഷീകരി ച്ചിരിക്കുന്ന വരികൾ ഇതാണ്.

"ഉദയമുണ്ടിനി മേലിലതെങ്കിലെ-
ന്നുദകകൃത്യങ്ങൾ ചെയ്യുവാനെത്തീടും"

സൂര്യൻ ഉദിക്കുന്നെങ്കിൽ അത് എന്റെ മരണാനന്തര കർമ്മങ്ങൾ ചെയ്യുവാൻ മാത്രമായിരിക്കും. കവി അത്രയ്ക്ക് തീർപ്പുകല്പിച്ചിരിക്കു കയായിരുന്നു ജീവിതത്തിന്. ഇത്രയും തീവ്രതയോടെ മരണത്തെക്കുറിച്ച് പ്രഖ്യാപിച്ചിട്ടും ആർക്കും അദ്ദേഹത്തെ രക്ഷിക്കുവാൻ കഴിയാതെ പോയത് സാഹിത്യ ലോകത്തിനും മലയാളിക്കും തീരാനഷ്ടവും ലജ്ജാ കരവുമായ സംഗതിയാണ്. രണ്ടു മൂന്നു ദിവസം മുമ്പേ തന്നെ ഇക്ക വിത പ്രസിദ്ധീകരിക്കുവാൻ പ്രസ്സിൽ ഏല്പിച്ചിരുന്നതാണ്. അപ്പോൾ പത്രാധിപർ പോലും ഒന്നു വായിച്ചു നോക്കുവാൻ ശ്രമിച്ചില്ല. മണിമു ഴക്കം പ്രതീക്ഷയുടെ, ജീവിതത്തിന്റെ തിരിച്ചുവരവായി മാറിയേക്കാ മെന്നും ഒരുപക്ഷേ കവി സങ്കല്പിച്ചിരുന്നിരിക്കാം.

ഹൃദയമില്ലാത്ത ലോകത്തുനിന്ന് മടങ്ങി പോവുകതന്നെയാണ് ഉചി തം. മരണത്തെ മധുരമായൊരനുഭൂതിയായും ധീരതയുടെ പ്രഖ്യാപന മായും സമൂഹത്തിനു മുന്നിലേക്കെറിഞ്ഞു കൊടുക്കുകയാണ് കവി. വികാരത്തിന് അടിമപ്പെട്ട് ആത്മഹത്യ ചെയ്യുന്ന ദുർബ്ബലമനസ്കനല്ല ഇടപ്പള്ളി. നാടകാന്തം കവിയുടെ മരണമായി മാറിയെന്നു മാത്രം. തന്റെ മരണം കൊണ്ട് മറ്റാർക്കും ദോഷമുണ്ടാവരുതെന്നും കവി ആഗ്രഹിച്ചി രുന്നു. സത്യം, ധർമ്മം, ദയ എന്നിവയിലധിഷ്ഠിതമായ സാമൂഹ്യ മൂല്യ ങ്ങളിൽ കവി വിശ്വസിച്ചിരുന്നു, ആശ്രയിച്ചിരുന്നു എന്നു വേണം കരു താൻ. മരണത്തിന്റെ മണിമുഴക്കത്തിലൂടെ നിർദയനായി മുന്നേറുന്ന ഒരു ധീരയോദ്ധാവിന്റെ ചിത്രം നമുക്ക് ദർശിക്കാം.

കവിതയും ജീവിതവും ഒന്നായിത്തീരുന്ന ഒരു മുഹൂർത്തം മണിമു ഴക്കത്തിൽ സംജാതമാകുന്നു. അങ്ങനെ ജീവിതമാകുന്ന കവിതയിലൂടെ മരണത്തിലേക്കും നീളുന്നു. പരസഹസ്രം സഹൃദയന്മാരെ സ്തബ്ധ രാക്കിക്കൊണ്ട് മണിമുഴക്കം നിലച്ചു. അടുത്ത പ്രഭാതത്തെ വരവേല്ക്കാൻ കവി ആഗ്രഹിച്ചിരുന്നെങ്കിലും അതിനേക്കാൾ തീവ്രമായി മരണത്തിന്റെ മണിമുറ്റത്തു പോകുവാൻ പരിശ്രമിച്ചു. എന്നും വാതിൽ തുറന്നിട്ടിരു ന്നാലും പ്രവേശിക്കുവാൻ മടി കാണിച്ച് മരണദേവൻ വാതുക്കൽ കാവൽ നില്ക്കും. പ്രകാശഗോപുരങ്ങൾ കവിക്കുള്ളിൽ മിന്നിത്തിളങ്ങിയിരുന്ന തിനാൽ മരണദേവൻ അകന്നുനിന്നു. കവി സ്വയം അന്ധകാരത്തിൽ

മുഴുകി പുല്ലുമാടവും നശിപ്പിച്ച് മരണദേവന്റെ ദാസനായി മാറുകയാണ് 'നാളത്തെ പ്രഭാതം' എന്ന കവിതയിൽ. യാതൊരു പ്രതീക്ഷകളുമില്ലാതെ ഈ ലോകത്തിൽ നിന്നും വിടവാങ്ങുന്നതാണ് അഭികാമ്യമെന്ന് കവി ഉറച്ചു വിശ്വസിച്ചതിന്റെ അക്ഷരസാക്ഷ്യമായി മാറുന്നു ഈ കവിത. കവി കാലത്തെ വരിഞ്ഞുമുറുക്കിയ കയറിൽ നിന്നും മരണത്തിന്റെ മുക്തിയി ലേക്ക്, അനശ്വരതയിലേക്കു പറന്നുപോകുന്നു. എല്ലാം പകുതിയിൽ അവ സാനിക്കുന്നു. അപൂർണ്ണതയുടെ പ്രതിരണനങ്ങളാണ് ഇടപ്പള്ളിയുടെ കവിതയിലുടനീളം കാണാനാവുക.

തന്റെ ജീവിതത്തെ പുസ്തകമായിട്ടും പുസ്തകവായനയായിട്ടും കല്പിച്ചിരിക്കുകയാണ് 'വരുന്നു ഞാൻ' എന്ന കവിതയിൽ.
"പാതിയും ഒഴിഞ്ഞതില്ലെൻ ഗ്രന്ഥപാരായണം
ഭീതിദമിതിന്നന്ത്യമെന്തിനായാരായേണം?"

(വരുന്നു ഞാൻ)

എന്ന ചോദ്യത്തിൽ നിന്നും കവി മരണത്തെ ഭയപ്പെട്ടിരുന്നോ എന്ന് സംശയിക്കാവുന്നതാണ്. മാത്രവുമല്ല, പകുതി ആയുസ്സുപോലും എത്തി യിട്ടില്ല എന്നും സൂചനയുണ്ട്. ജീവിത പുസ്തകത്തിലെ ഓരോ അക്ഷരം വായിക്കുന്തോറും നയനങ്ങൾ നിറഞ്ഞു തുളുമ്പുന്നതാണ്. ദുഃഖാർദ്ര മായ താളുകൾ മറിയുമ്പോൾ ആശ്വാസമേകാൻ ഒരിളം കാറ്റുപോലും വീശുന്നില്ല. പാതിരാപിശാചുക്കളെ പോലെയുള്ള ക്രൂരവാസനകൾ നിറ ഞ്ഞവരുടെ സംഘമാണ് പിന്നാലെ കൂടുന്നത്. അതിനാൽ ഭീതിദമായ ഈ വായനയുടെ അന്ത്യം എന്താവുമെന്ന് ഊഹിക്കാവുന്നതേയുള്ളൂ.

ജീവിതപുസ്തകത്തിലെ ആദ്യ അദ്ധ്യായങ്ങൾ അമൂല്യങ്ങളായി കാണുവാൻ കാരണം സ്നേഹത്തിന്റെയും പ്രണയത്തിന്റെയും മാധു ര്യമാർന്ന ആനന്ദങ്ങൾ കവി അനുഭവിച്ചതിനാലാണ്. 'ആനന്ദാർണ്ണവ ത്തിലെ സുന്ദരതരംഗങ്ങ'ളായിരുന്നു അവയൊക്കെയും. മുൻപിൻ നോക്കാതെ ആ കടലിന്നാഴങ്ങളിലേക്കിറങ്ങിയതിന്റെ ഫലമായി തിരിച്ചു വരാനാവാത്തവിധം കയത്തിലകപ്പെട്ടുപോയി. വായന നിർത്തി പുസ്തകം അടച്ചുവയ്ക്കുകയേ നിവൃത്തിയുള്ളൂ എന്ന് കവി തീരുമാനി ക്കുകയായിരുന്നു. തന്റെ വരവും നോക്കി പുഷ്പാലംകൃതമായ തല്പ മൊരുക്കി പ്രണയിനി മരണം കാത്തു നില്പുണ്ട്. ഓമനേ എന്നാണ് കവി അവളെ വിശേഷിപ്പിച്ചിരിക്കുന്നത്.

ജീവിതത്തെ ഇത്ര ഉൾക്കാഴ്ചയോടെ കാണുകയും ആത്മാർത്ഥ മായി സ്നേഹിക്കുകയും ചെയ്ത കവികൾ വിരളമാണ്. അതുപോലെ തന്നെ മരണത്തെ സ്നേഹിക്കുകയും ചെയ്തയാളാണ് ഇടപ്പള്ളി. നിവൃ ത്തികേടു കൊണ്ടല്ല കവി അപ്രകാരം ചെയ്തത്. കവിയുടെ ആത്മാർത്ഥ തയ്ക്ക് അതു മാത്രമായിരുന്നു സ്മാരകമണ്ഡപം. മണിദീപാങ്കുരം സ്വയം അണയ്ക്കട്ടെ എന്നനുവാദവും വാങ്ങിയിട്ടാണ് വിളക്കു കെടുത്തി അന്ധ കാരത്തിലേക്കിറങ്ങിയത്.

മരണത്തെ പുൽകുന്നതിന്റെ കാര്യകാരണങ്ങൾ വിവരിക്കുന്നതാണ് ഇടപ്പള്ളിയുടെ അവസാന കവിതകളെല്ലാം തന്നെ. പ്രണയിനിയെ വേദ

നിപ്പിക്കുവാൻ കവിക്കു സാധിക്കുന്നില്ല. സമുദായ നീതികളിൽ നിന്നും വ്യതിചലിച്ച പ്രണയമായിരുന്നു കവിയുടേത്. ഒന്നിക്കുവാൻ സാധിക്കാ ത്തതിനാൽ കവിക്ക് ആ വേദന അസഹനീയമായി. ആകെയുണ്ടായി രുന്ന ആശ്വാസകേന്ദ്രം നഷ്ടപ്പെട്ടതോടെ സ്നേഹഗായകന് പിടിച്ചു നില്ക്കുവാനായില്ല. അന്യന്മാർക്ക് അസൂയയുണ്ടാക്കുന്ന തരത്തിൽ ഉദാ ത്തമായൊരു പ്രണയമായിരുന്നു കവിയുടേത്. ആ സ്നേഹപ്രവാഹ ത്തിൽ ഉയരങ്ങളിലേക്കുയർന്നു പോയ ബലൂണായിരുന്നു കവിഹൃദയം. ആനന്ദങ്ങളിൽ തങ്ങിത്തങ്ങി ആകാശഗോപുരങ്ങൾ കടന്നു. പൊടുന്നനേ ബാഹ്യസമ്മർദ്ദങ്ങളിൽപ്പെട്ട് ബലൂൺ പൊട്ടിപ്പോവുകയും നിലംപൊത്തി വീഴുകയയും ചെയ്തു. ഹൃദയത്തിനേറ്റ മുറിവ് കവിയെ വല്ലാതെ തളർത്തി. മുന്നോട്ടുള്ള പ്രയാണം അസാദ്ധ്യമാക്കി മാറ്റി. അതുകൊണ്ട് ജീവി തത്തിൽ നിന്നും സ്വയം വിരമിക്കുകയാണ് "ഞാനിതാ വിരമിപ്പൂ' എന്ന കവിതയിലൂടെ.

"മധുരസംഗീതം പരിപൂർണ്ണമാകാൻ
യതിഭംഗം വന്നേ മതിയാവൂ;"

(കരയല്ലേ)

"പരിപൂർണ്ണമാക്കാൻ കഴിയുകില്ലേതും
പരിശൂന്യംതന്നെ – പരിശൂന്യം"

(കരയല്ലേ)

ഭൂമിയിലെ ജീവിതം ഒരിക്കലും പരിപൂർണ്ണമാക്കാൻ സാധിക്കുക യില്ലെന്നു മാത്രമല്ല, യതിഭംഗം വന്നേ മതിയാകൂ. എന്നാൽ മാത്രമേ അത് ആരാലും ആസ്വദിക്കപ്പെടുകയുള്ളൂ. മരണത്തോടെ എല്ലാം അവ സാനിക്കുന്നു ഭൂമിയിൽ. അഖിലവും മരണത്തിന്റെ ലോകത്തിൽപരി പൂർണ്ണവും ശാന്തവുമായിരിക്കുമെന്ന് കവി ഉറപ്പിച്ചു പറയുകയാണ്. കാരണം ജീവിതം അത്രത്തോളം കവിയെ കയറിട്ട് മുറുക്കി കെട്ടിക്കഴി ഞ്ഞു. പോവുകയല്ലാതെ ഒന്നുമിനി ചെയ്യാനില്ല. സഹജരെയും പ്രിയ പ്പെട്ടവളെയും സമാശ്വസിപ്പിക്കുകയാണിനി അഭികാമ്യം.

"കരയല്ലേ തങ്കം! കരയല്ലേ തങ്കം!
കളയല്ലേ കാലം കദനത്താൽ!"

(കരയല്ലേ)

തങ്കമേ എന്ന് തീവ്രസ്നേഹത്തോടെ കാമിനിയെ കവി വിളിക്കു ന്നു. കരയരുതേ എന്ന് അപേക്ഷിക്കുന്നതോടൊപ്പം കദനം കൊണ്ട് കാലം കളയരുതേ (നശിപ്പിക്കരുതേ) എന്ന് വിനയത്തോടെ അപേക്ഷി ക്കുന്നതാണ് കാണാൻ സാധിക്കുന്നത്. തന്റെ മരണം സ്വാഭാവികം മാത്ര മാണ്. എന്നാൽ അതോർത്തിരുന്ന് ജന്മം പാഴാക്കാൻ തന്റെ കൂട്ടുകാ രിയെ കവി അനുവദിക്കുകയില്ല. നീണ്ട യാത്ര ചെയ്യുവാൻ കവിക്കാകു ന്നില്ല. ജീവിതഭാരം ഏറിയേറി വരുമ്പോൾ ചുമന്നു നടക്കുവാൻ അശ ക്തനാകുന്നു. അതിനാൽ ഭാരരഹിതമായൊരു ലോകത്തിലേക്ക് വേദ നാരഹിതനായ് പോകുകയാണ് കവി. കവിയും കാമിനിയുമായി ചേർന്നുള്ള നൈമിഷികമായ ജീവിതം പരിശുദ്ധമായിത്തന്നെ എന്നും

നിലനില്ക്കും. സമയമായെന്ന് മണിമുഴക്കുമ്പോൾ മരണശാലയിലേക്ക് നടക്കുകയാണ്. പ്രിയപ്പെട്ടവളുടെ മിഴിനീരൊപ്പാൻ ആവതും കവി ശ്രമി ക്കുന്നു. യാത്രാമൊഴി പറഞ്ഞിറങ്ങുന്ന അതിഥിയെപ്പോലെ അദ്ദേഹം പോകുന്നു. ആഴമുള്ള സമുദ്രം നീന്തിക്കടക്കാൻ തനിക്കാവുന്നു. എന്നാൽ സമുദായ നീതിയുടെ ചെറുതോട്ടിൽ മുട്ടറ്റം വെള്ളത്തിലാണെൽപ്പോലും മുങ്ങിമരിക്കുവാനാണ് വിധി. ഏതു വലിയ കടമ്പ കടന്ന് വന്നാലും ലോകാ പവാദം കൊണ്ട് പരാജയപ്പെട്ടുപോകും. രാമായണത്തിലെ സീതയും രാമനുമൊക്കെ ദൈവിക ശക്തിയുള്ളവരായിരുന്നിട്ടുകൂടി സദാചാര ത്തിന്റെ പേരിൽ രാമന് സീതയെ ഉപേക്ഷിക്കേണ്ടിവരികയും ഒടുവിൽ നദിയിൽച്ചാടി ജീവനൊടുക്കുകയും ചെയ്യേണ്ടിവന്നു. സീതയ്ക്ക് എത്ര വട്ടം കൊടും കാട്ടിൽ തള്ളലും അഗ്നിപരീക്ഷകളും നേരിടേണ്ടി വന്നു. എന്നിട്ടും സീതയെ നിർദ്ദയമായ ലോകനീതിക്കു രക്ഷിക്കുവാൻ സാധി ച്ചില്ല. ഇടപ്പള്ളി രാഘവന്റെയും അവസ്ഥ ഇതുപോലെ തന്നെയായിരു ന്നു. കാരുണ്യമറ്റ പരിതഃസ്ഥിതികളുടെ ക്രൂരദംഷ്ട്രയ്ക്കു വിധേയനായി ത്തീരുവാനായിരുന്നു വിധിയെന്ന് കവി തന്നെ സാക്ഷ്യപ്പെടുത്തുന്നു.

ജീവിതവസന്തം കഴിഞ്ഞുപോയിരിക്കുന്നു. ഇനിയുള്ള ഋതുക്ക ളൊക്കെ നിരർത്ഥകമാണ്. പൂക്കളുടെ സൗരഭ്യവും വർണ്ണശബളിമയും നിറഞ്ഞ സുന്ദരമായ വസന്തകാലത്തിൽ വച്ചുതന്നെ ജീവിതം വിട്ടു പോകുന്നതാണ് അഭികാമ്യം എന്ന് 'വസന്തം കഴിഞ്ഞു' എന്ന കവിത യിൽ വെളിപ്പെടുത്തുന്നു. കാലത്തിന് യാതൊരു കനിവും ഇല്ല. എത്ര കണ്ണീരു കണ്ടാലും ആശ്വസിപ്പിക്കുവാൻ ശ്രമിക്കുകയില്ല. നല്ല അനുഭ വങ്ങൾ തന്ന് അനുഗ്രഹിക്കുകയില്ല. സഹിക്കുവാൻ അശക്തനാകുന്ന സന്ദർഭത്തിൽ ഒന്നു താങ്ങുവാൻ പോലും ആരുമില്ലാതായിരിക്കുന്നു.

"പ്രണയത്തിൻ ചഞ്ചൽച്ചിറകു വീശി-
യകലത്തൊരാത്മാവലഞ്ഞുവെന്നാൽ
കഠിന നിരാശതൻ മണ്ഡലത്തിൽ
തടയും, തളരും, തകർന്നുപോകും"

(വസന്തം കഴിഞ്ഞു)

കവിയുടെ മനസ്സുമുഴുവൻ പ്രണയമായിരുന്നു. ആ പ്രണയം ആർക്കും അറിയാൻ പറ്റാത്തവിധം മരണവുമായി ബന്ധപ്പെട്ടിരിക്കുന്നു. കവി പ്രണയിക്കുന്നത് പ്രത്യക്ഷത്തിൽ ഏതെങ്കിലും സ്ത്രീയെ ആയി രിക്കാം. അവളെ അനുരാഗത്തിന്റെ പരകോടിയിലായിരിക്കും കവി കാണുക. എന്നാൽ ആത്യന്തികമായ അന്ത്യം അതിനുടനേ കാണുമെന്ന സത്യം അതിവേഗം കവി തിരിച്ചറിയുന്നു. പക്ഷേ, ആ തിരിച്ചറിവിനെ സാമൂഹ്യനിയമങ്ങളിൽ പഴിചാരി യാത്രയാക്കുകയാണ് പതിവ്. എത്ര കരഞ്ഞാലും പൂക്കൾ വിരിയുകയും വാടി വീഴുകയും ചെയ്യുന്നത് തുടർന്നു കൊണ്ടേയിരിക്കും. കാലത്തിൽ ഒന്നിനും മാറ്റമുണ്ടാകില്ല. പ്രകൃ തിയിലും മാറ്റമുണ്ടാകില്ല. കവി മാത്രം ഇല്ലാതാവും അപ്പോൾ തന്റെ പ്രണയവും നശിച്ചുപോകും. അതുമാത്രമേ സംഭവിക്കൂ. സംഭവിച്ചുള്ളൂ.

"അനഘമാണെന്തിലും മർത്ത്യജന്മം
അനുരാഗിയെന്നാലതിലും കാമ്യം...!!!"

(വസന്തം കഴിഞ്ഞു)

മനുഷ്യജന്മത്തിന്റെ മാഹാത്മ്യം കവിക്കറിയാം. അനഘമാണ് മനു
ഷ്യജന്മം, മറ്റേതൊരു ജന്മത്തേക്കാളും. മർത്ത്യജന്മത്തിൽ അനുരാഗി
യായിത്തന്നെ ജനിച്ചാൽ അതായിരിക്കും ഏറ്റവും നന്നായിരിക്കുക എന്ന
അഭിപ്രായവും കവിക്കുണ്ട്. സ്നേഹത്തിൽ ജീവിച്ച് സ്നേഹത്തിൽ മരി
ക്കാനിഷ്ടപ്പെടുന്നവനാണ് കവി. നിരുപാധികമായ പ്രണയത്തെ അത്ര
മേൽ വാഴ്ത്തുവാനും അനുരാഗിയാകുവാനും കവി ആഗ്രഹിക്കുന്നു. ഇനി
യെത്ര ജന്മം ജനിച്ചാലും ഇതുപോലെ തന്നെ ജനിക്കണമെന്ന കവി
യുടെ മോഹം പോലും ജീവിതത്തോടും പ്രണയത്തോടുമുള്ള ആത്മീ
യമായ ഒരു അന്തഃചോദനയാണ് എന്ന് പറയാം. കരഞ്ഞും വേദനിച്ചും
നിലവിളിച്ചും ഒക്കെയാണ് ജീവിക്കുന്നതെങ്കിലും അതാണ് കവിയുടെ
ഇഷ്ടജീവിതം. പ്രണയിക്കുമ്പോൾ മാത്രം ജീവിതം കാണുന്ന കവി പ്രണ
യത്തിലൂടെ മരണത്തെ പ്രാപിക്കുകയും ചെയ്യുന്നു. മരണത്തെ തേടി
പ്പോകാനുള്ള ഉപാധി മാത്രമാണ് പ്രണയം. പ്രണയിക്കുമ്പോൾ ആനന്ദ
ത്തിന്റെ ഉത്തുംഗങ്ങളിൽ കവി എത്തിച്ചേരുന്നു. ആ മാനസികാവസ്ഥ
ഒരു കവിക്കു മാത്രം അനുഭവിക്കാൻ കഴിയുന്നതാണ്. സ്നേഹത്തിന്റെ
തായ ഒരു നോട്ടത്തിനുപോലും കർമ്മനിരതനും ആനന്ദവിവശനുമാക്കി
മാറ്റാൻ കഴിയും. കവി അനുഭവിക്കുന്ന ഇത്തരം വികാരങ്ങൾ ആ പ്രണ
യിനി പോലും മനസ്സിലാക്കുന്നില്ല. ഒരുപക്ഷേ, കവി ഇതൊന്നും അവളെ
അറിയിച്ചിരുന്നുമില്ല. ഏതൊക്കെയോ ഭ്രാന്തമായ, വന്യമായ ഉൾക്കാഴ്ച
കളുമായി അലഞ്ഞിരുന്ന ആ കാമുൻ ഇങ്ങനെ കരഞ്ഞിരുന്നോ എന്നതും
അജ്ഞാതം.

കവിതയിൽ തന്റെ ജീവിതവും ജന്മവും കരയാൻ മാത്രം വിധിക്ക
പ്പെട്ട ഒന്നായിരുന്നു എന്ന് പലതവണ പ്രഖ്യാപിക്കപ്പെട്ടതാണ്.

"രാഗമൂകമാമെരു സായാഹ്നമുകിലാം ഞാൻ
ത്യാഗിയാം കാർമേഘമായ്ക്കരയാൻ പിറന്നതാം."

(തകരൂ! തകരൂ)

മൂകാനുരാഗത്തിന്റെ വക്താവായിരുന്ന കവി മഴപോലെ പെയ്തൊ
ഴിയാനായി പിറന്ന കാർമേഘം എല്ലാം തകരുമ്പോഴും 'നുകരൂ, നുകരൂ'
എന്ന് പറഞ്ഞ് ജീവിക്കുവാൻ ഇനിവയ്യാ. സ്നേഹഭംഗത്തിന്റെ ഭാരം
കവിയെ തളർത്തുന്നു. നിരാശയുടെ ചൂട് കവിയെ പൊള്ളിക്കുന്നു. ഇട്ടെ
റിഞ്ഞ് പോവുകയല്ലാതെ മറ്റൊരു മാർഗ്ഗവും കവിക്ക് തെരഞ്ഞെടുക്കു
വാൻ സാധിക്കുന്നില്ല. അനന്തരഫലത്തെക്കുറിച്ച് ആലോചിക്കുവാൻ
വിവേകവും ഇല്ലാതെയായി. പ്രത്യേകമായൊരു ഭാവനാലോകത്തിലായി
രുന്നു കവി. കവി, കാമുകൻ, ഭ്രാന്തൻ ഇവർ മൂവരും ഒരേ വൈകാരിക
ജീവികളാണ്. കവി ഇതു മൂന്നുമായിരുന്നു. അതുകൊണ്ടാണ് ഇപ്രകാ
രമൊക്കെ സംഭവിച്ചു പോയത് എന്ന് പറയാം. ത്രിശിരസ്സായ കവിക്ക്

ചിന്തിച്ചു കൂട്ടുവാൻ അനവധി അനവധി സംഗതികൾ വന്നു കൂടും. ജീവി തേച്ചയേക്കാൾ മരണഭ്രാന്ത് മുന്നിട്ട് നില്ക്കും. ഏകാകിയും കരയാൻ മാത്രം വിധിക്കപ്പെട്ടവനുമെന്ന് സ്വയം പ്രഖ്യാപിക്കും. അതും സുഹൃ ത്തുക്കളോട് തുറന്നു പറച്ചിലൊന്നുമില്ല. കവിതയിലൂടെ ആവിഷ്കരി ക്കും. കവിതയും ജീവിതവും രണ്ടായിട്ടാണ് വായനക്കാർ കാണുക. അതുകൊണ്ടാണല്ലോ 'മണിമുഴക്കം' വായിച്ചിട്ടും അത് ജീവിതത്തിന്റെ അനുരണനമാണെന്ന് പലരും വ്യാഖ്യാനിച്ചത്. തനിക്കുപറയാനുള്ളത് കവിതയിൽ പകർത്തുക മാത്രമാണ് കവി ചെയ്തത്. അത് വിശ്വസനീ യമാക്കി മാറ്റാൻ ആത്മഹത്യയും ചെയ്തുവെന്നേയുള്ളൂ അത്രമാത്രം.

ചങ്ങമ്പുഴയ്ക്കും മറ്റു സുഹൃത്തുക്കൾക്കും കത്തയയ്ക്കുന്ന സ്വഭാവം ഇടപ്പള്ളിക്കുണ്ടായിരുന്നു. കവിതയിൽ തീവ്രതയോടെ അനു ഭവിക്കുന്ന പ്രണയമൊന്നും പ്രത്യക്ഷത്തിൽ ഉണ്ടായെന്നുവരില്ല. സൗന്ദ ര്യമുള്ള എന്തിനെ കണ്ടാലും പ്രണയിക്കുന്നവനാണ് കവി. അടുത്ത നിമിഷം ആ സൗന്ദര്യം വൈരൂപ്യമായി മാറും. വിരുദ്ധ ദ്വന്ദ്വങ്ങൾ കവി യുടെ മനസ്സിനെ സദാ മഥിച്ചിരുന്നു. ചങ്ങമ്പുഴയുടെ കാവ്യനർത്തകി യിൽ പറയുന്നത് "ഒരുപകുതി പ്രജ്ഞയിൽ നിഴലും നിലാവും നിറയു മ്പോൾ മറുപകുതിയിൽ കരിപൂശിയ വാവാണ്." എന്നാൽ ഈ വിരുദ്ധ ദ്വന്ദ്വങ്ങൾ കവിയെ പുതുപുളകം കൊള്ളിക്കുകയാണ് ചെയ്തത്. ചങ്ങ മ്പുഴ പുതുപുളകമായി വൈരുദ്ധ്യങ്ങളെ സ്വീകരിക്കുമ്പോൾ മരണത്തി ലേക്കുള്ള വാതിലായി ഇടപ്പള്ളി കാണുന്നു.

'മണിനാദ'ത്തിലെ മറ്റൊരുകവിതയായ 'വിസ്മൃതമാകണം' എന്ന കവിതയിലും മരണത്തെ സ്വാഗതം ചെയ്ത് സ്വയം സ്വീകരിക്കുന്ന കവിയെ കാണാം.

> "മരണമേ! മമ-സ്വാഗതം! ഭുവിൽ മേ-
> ലമരണമെന്നതാശിപ്പതില്ല ഞാൻ!
> ധരണിയാമിരുൾക്കുണ്ടിൽ നിന്നെന്നേക്കും
> ശരണമേകുക ശാശ്വതാനന്ദമേ!"

(വിസ്മൃതമാകണം)

അന്ധകാരമയമായ ഈ ഭൂമിയിൽ നിന്ന് എന്നെന്നേക്കുമായി തനിക്ക് മോചനമരുളുവാൻ മരണത്തോട് കവി അഭ്യർത്ഥിക്കുന്നു. തന്റെ പ്രണ യമാകുന്ന മുല്ലവള്ളിക്കു പടർന്നു കയറി വളർന്നു വലുതാവാൻ മരണ മാകുന്ന മരത്തിൽത്തന്നെ പടരണം. വേരുകളാഴ്ത്തി പടർന്നുകയറുന്ന ഒരു വല്ലരി പോലെ തന്നെ കവിയിൽ മരണം പടർന്നു കയറുകയായിരു ന്നു. ദുർബ്ബലമായ മനസ്സിനെ മുറുക്കെ പിടിച്ചു കൊണ്ട് ആ വള്ളി ചുറ്റും പടർന്നു പടർന്ന് ഒടുവിൽ കവിയെ കീഴ്പ്പെടുത്തുകയായിരുന്നു. അങ്ങ നെയാണ് ചില വള്ളിച്ചെടികൾ പടർന്നു കയറി ഒടുവിൽ ആ മരത്തെ തന്നെ മറച്ചുകളയും.

ഈ ഭൂമിയിൽ എന്തെല്ലാം മാറ്റങ്ങളും നഷ്ടങ്ങളും സംഭവിക്കുന്നു. എത്രയോ ഇലകൾ കൊഴിഞ്ഞു വീഴുന്നു. പുതുമുളകൾ പൊട്ടുന്നു.

ഇതൊന്നുമോർത്ത് ആരും വിസ്മയപ്പെടുകയോ വിഷമിക്കുകയോ ചെയ്യാ റില്ല. വിസ്മൃതമായൊരു പാഴിലയെപ്പോലെയാണ് താനുമെന്ന് കവി തിരി ച്ചറിയുന്നു. താൻ മരിച്ചാൽ കരയുവാനായി ആരുമുണ്ടാകില്ല. കാട്ടിൽ ഒരില പൊഴിഞ്ഞു വീണു എന്ന് വച്ച് ഒരു വിടവും ഉണ്ടാകുകയില്ല, ഒരു തിരവന്ന് തകർന്നടിഞ്ഞുപോയെന്ന് വച്ച് കടലിന് ഒന്നും സംഭവിക്കില്ല അതുകൊണ്ട് തന്റെ മരണത്തിലും ഇവിടെ ഒന്നും സംഭവിക്കുകയില്ല എന്നദ്ദേഹം അനുമാനിക്കുന്നു. അല്ലെങ്കിൽ തന്റെ മരണത്തെ ന്യായീക രിക്കാൻ ശ്രമിക്കുന്നു. മരണം എന്ന ഒരു വൃത്തത്തിനുള്ളിൽക്കിടന്ന് കറ ങ്ങിക്കൊണ്ടിരിക്കുന്ന വ്യക്തിയായിരുന്നു ഇടപ്പള്ളി. എവിടേക്കു തിരി ഞ്ഞാലും ഒടുവിൽ വന്നെത്തുന്ന ബിന്ദു മരണം തന്നെ. മരണത്തിൽ ജനിച്ച് മരണത്തിൽ വളർന്ന് മരണത്തിൽ ജീവിക്കുകയും ചെയ്ത മനു ഷ്യനായിരുന്നു അദ്ദേഹം. ഇടയ്ക്കെപ്പൊഴൊക്കെയോ ചില അക്ഷരക്കൂ ട്ടുകളിൽ അദ്ദേഹം ജീവിച്ചു അത്രമാത്രം. ജീവിതത്തിന്റെ മാധുര്യവും മരണത്തിന്റെ അനന്യതയും കവി നന്നായിട്ടനുഭവിച്ചു. അതി നാൽത്തന്നെ സ്വാതന്ത്ര്യത്തിന്റെ ലോകത്തിലേക്ക്, വേദനകളില്ലാത്ത ഒരു ലോകത്തിലേക്ക് കവി തിരിച്ചുപോയി. അപ്പോഴും കവി ആഗ്രഹിച്ചതി ങ്ങനെയാണ്,

"ഇനിയുമുണ്ടൊരു ജന്മമെനിക്കെങ്കി-
ലിതൾ വിടരാത്ത പുഷ്പമായ്ത്തീരണം;
വിജനഭൂവിങ്കലെങ്ങാനതിൻ ജന്മം
വിഫലമാക്കീട്ടു വിസ്മൃതമാകണം"

(വിസ്മൃതമാകണം)

എന്നാണ്. ഈ ജീവിതത്തെ കവി ഇഷ്ടപ്പെട്ടിരുന്നതുകൊണ്ടാണല്ലോ അടുത്ത ജന്മത്തിലും ഇപ്രകാരം തന്നെ ജനിക്കുവാൻ ആഗ്രഹിക്കുന്നത്.

കവിതയുടെ പേരുകൾ കൊണ്ടും താളം കൊണ്ടും കാവ്യഭാഷ കൊണ്ടും മൃത്യു എന്നൊരു കേന്ദ്രബിന്ദുവിൽ നിന്ന് പ്രണയത്തിലേക്കും സാമൂഹ്യ ജീവിതനൈരാശ്യങ്ങളിലേക്കും നിരന്തരം സഞ്ചരിച്ച് കത്തി നിന്ന യൗവ്വനത്തെ ബലികൊടുത്ത് സ്വാതന്ത്ര്യം എന്ന സ്വപ്നം മരണ ത്തിലൂടേറ്റു വാങ്ങി സംതൃപ്തമരണം (ജീവിതം) നയിച്ച കവിയായിരുന്നു ഇടപ്പള്ളി. കവിതയിൽ ജീവിതവും ജീവിതത്തിൽ മരണവും സന്നിവേ ശിപ്പിച്ച അദ്ദേഹം കാല്പനികതയുടെ മായൂര പിഞ്ഛരികയിൽ മയങ്ങി പ്പോയവനായിരുന്നു. സൗന്ദര്യസ്നേഹിയും പ്രകൃതി പ്രണയിയുമായി രുന്ന അദ്ദേഹത്തിന്റെ കവിതകളെ മരണത്തിൽ നിന്നു മുക്തമാക്കിയും വിശകലനം ചെയ്യാവുന്നതാണ്. ഇനിയും ധാരാളം പഠന മനനങ്ങൾക്ക് വിധേയമാക്കാവുന്ന കവിതകളാണ് ഇടപ്പള്ളിയുടേത്. ചെറുജീവിതകാ ലഘട്ടത്തിനുള്ളിൽ ചെറുതല്ലാത്ത ഒരു കാവ്യസാമ്രാജ്യം സൃഷ്ടിച്ച ഇട പ്പള്ളി അനന്യനും അനുപമനുമാണ്.

ജീവിതരേഖ

കോട്ടുവള്ളിയിൽ 1909 മെയ് 31 ന് ജനിച്ചു. അച്ഛൻ ഇളമക്കര പാണ്ഡവത്തു വീട്ടിൽ നീലകണ്ഠപിള്ള. അമ്മ വടക്കൻ പറവൂരിനു സമീപം കോട്ടുവള്ളി കിഴക്കേപ്രം മുറിയിൽ മീനാക്ഷിയമ്മ. കോട്ടുവ ള്ളിയിലാണ് ജനിച്ചതെങ്കിലും കുട്ടിക്കാലം ഇടപ്പള്ളിയിലായിരുന്നു. അമ്മ അകാലത്തിൽ മരണപ്പെട്ടു. പിന്നീട് അച്ഛനോടും രണ്ടാനമ്മയ്ക്കുമൊപ്പം താമസിച്ചു. പ്രാഥമിക വിദ്യാഭ്യാസം ഇടപ്പള്ളിയിൽ. ഹൈസ്കൂൾ വിദ്യാ ഭ്യാസം എറണാകുളത്ത്. വിദ്യാഭ്യാസശേഷം തിരുവനന്തപുരത്തു നിന്ന് പ്രസിദ്ധീകരിച്ചിരുന്ന *ശ്രീമതി* പ്രതിവാര പത്രപ്രസിദ്ധീകരണത്തിൽ ജോലി നേടി. ഈ സമയത്ത് ആദ്യ കൃതിയായ *തുഷാരഹാരം* പ്രസി ദ്ധീകരിച്ചു. *ശ്രീമതി* പത്രത്തിന്റെ പ്രവർത്തനങ്ങൾ മുടങ്ങിയതോടെ *കേരള കേസരി* പത്രത്തിൽ ചേർന്നു. അവിടെയും സ്ഥിരമായി നില്ക്കാ നാവാതെ വന്നപ്പോൾ തിരുവനന്തപുരം വിട്ട് കൊല്ലത്ത് താമസമാക്കി. *ഹൃദയസ്മിതം, നവസൗരഭം* എന്നീ കൃതികൾ പ്രസിദ്ധീകരിച്ചു. കൊല്ലത്ത് താമസിക്കുമ്പോൾ മാത്രമല്ല, അറിവായകാലം മുതൽ കവിയെ പിന്തുടർന്നിരുന്ന ജീവിതപ്രയാസങ്ങളും നിരാശയും മരണമെന്ന നിത്യ സത്യത്തിലേക്ക് പോകാൻ പ്രേരിപ്പിച്ചതിന്റെ ഫലമായി 1936 ജൂലായ് അഞ്ചിന് ഇരുപത്തിയേഴാമത്തെ വയസ്സിൽ ആത്മഹത്യ ചെയ്തു.

മണിനാദം

മണിമുഴക്കം! മരണദിനത്തിന്റെ
മണിമുഴക്കം മധുരംവരുന്നു ഞാൻ!

അനുനയിക്കുവാനെത്തുമെൻ കൂട്ടരോ-
ടരുളിടട്ടെയെന്നന്ത്യയാത്രാമൊഴി:

മറവിതന്നിൽ മറഞ്ഞു മനസ്സാലെൻ-
മരണഭേരിയടിക്കും സഖാക്കളേ!

സഹതപിക്കാത്ത ലോകമേ!യെന്തിലും
സഹകരിക്കുന്ന ശാരദാകാശമേ!

കവനലീലയിലെന്നുറ്റ തോഴരാം
കനകതൂലികേ! കാനനപ്രാന്തമേ!

മധുരമല്ലാത്തൊരെൻ മൗനഗാനത്തിൽ
മദതരളമാം മാമരക്കൂട്ടമേ!

പിരികയാണിതാ, ഞാനൊരധഃകൃതൻ
കരയുവാനായ് പിറന്നൊരു കാമുകൻ!

മണലടിഞ്ഞു മയങ്ങിക്കിടക്കട്ടെ
പ്രണയമറ്റതാമീ മൺപ്രദീപകം!

    *   *   *   *

ഇടപ്പള്ളി രാഘവൻപിള്ള
ഡോ. എം ഗംഗാദേവി

അഴകൊഴുന്ന ജീവിതപ്പൂക്കളം
വഴിയരികിലെ വിശ്രമത്താവളം,

കഴുകനിജ്ജഡം കാത്തുസൂക്ഷിക്കുന്ന
കഴുമരം! ഹാ ഭ്രമിച്ചു ഞാൻ തെല്ലിട!

അഴലിലാനന്ദ ലേശമിട്ടെപ്പോഴും
മെഴുകി മോടി കലർത്തുമീ മേടയിൽ

കഴലൊരല്പമുയർത്തിയൂന്നീടുകിൽ
വഴുതിവീഴാതിരിക്കില്ലൊരിക്കലും.

മലമുകളിലിഴഞ്ഞിഴഞ്ഞേറിടും
മഴമുകിലെന്ന പോലെ ഞാനിത്രനാൾ

സുഖദസുന്ദര സ്വപ്നശതങ്ങൾതൻ
സുലളിതാനന്ദ ഗാനനിമഗ്നനായ്

പ്രതിനിമിഷം നിറഞ്ഞു തുളുമ്പിടും
പ്രണയമാദ്ധ്വീലഹരിയിൽ ലീനനായ്

സ്വജനവേഷം ചമഞ്ഞവരേകിടും
സുമമനോഹര സുസ്മിതാകൃഷ്ണനായ്

അടിയുറയ്ക്കാതെ മേല്പോട്ടുയർന്നുപോ-
യലകടലിന്റെയാഴമളക്കുവാൻ!

മിഴി തുറന്നൊന്നു നോക്കവേ, കാരിരു-
മ്പഴികൾ തട്ടിത്തഴമ്പിച്ചതാണു ഞാൻ!

തടവെഴാപ്രേമദാരിദ്ര്യബാധയാൽ
തടവുകാരനായ്ത്തീർന്നവനാണു ഞാൻ!

കുടിലുകൊട്ടാരമാകാനുയരുന്നു;
കടലിരമ്പുന്നു കൈക്കോട്ടിലെത്തുവാൻ;

പ്രണയമൊന്നിച്ചിണക്കാനൊരുങ്ങിയാ
ലണിമുറിക്കാനിരുളുമണഞ്ഞിടും!

മണിമുഴക്കം! മരണദിനത്തിന്റെ
മണിമുഴക്കം! മധുരം! വരുന്നു ഞാൻ!

ചിരികൾതോറുമെൻ പട്ടടത്തീപ്പൊരി
ചിതറിടുന്നോരരങ്ങത്തുനിന്നിനി,

വിടതരൂ, മതി പോകട്ടെ ഞാനുമെൻ-
നടന വിദ്യയും മൂകസംഗീതവും!

വിവിധരീതിയിലൊറ്റ നിമിഷത്തിൽ
വിഷമമാണെനിക്കാടുവാൻ, പാടുവാൻ;

നവരസങ്ങൾ സ്ഫുരിക്കണമൊക്കെയു-
മവരവർക്കിഷ്ടമായിട്ടിരിക്കണം!

അരുതരുതെനിക്കീ രീതി തെല്ലുമി-
ച്ചരിതമെന്നുമപൂർണ്ണമാണെങ്കിലും

അണിയലൊക്കെ കഴിഞ്ഞു ഞാൻ പിന്നെയു-
മണിയറയിലിരുന്നു നിഗൂഢമായ്

പലദിനവും നവനവരീതികൾ
പരിചയിച്ചു, ഫലിച്ചില്ലൊരല്പവും!

തവിടുപോലെ തകരുമെൻ മാനസ-
മവിടെയെത്തിച്ചിരിച്ചു കുഴയണം!

ചിരിചൊരിയുവാനായിയെൻ ദേശികൻ
ശിരസി താഡനമേറ്റീ പലപ്പോഴും

ഹഹഹ! വിസ്മയം, വിസ്മയം, ലോകമേ!
അതിവിചിത്രമീനൃത്തശിക്ഷാക്രമം!

കളരി മാറി ഞാൻ കച്ചക്കെട്ടാമിനി
കളിയരങ്ങൊന്നു മാറിനോക്കാമിനി;

പ്രണയനാടകമെന്നുമിതുവിധം
നിണമണിച്ചിലിലെത്താതിരുന്നിടാ!

മണിമുഴക്കം! മരണദിനത്തിന്റെ
മണിമുഴക്കം! മധുരം! വരുന്നു ഞാൻ!

ഉദയമുണ്ടിനി മേലിലതെങ്കിലെ-
ന്നുദകകൃത്യങ്ങൾ ചെയ്യുവാനെത്തിടും

ഇടപ്പള്ളി രാഘവൻപിള്ള
ഡോ. എം ഗംഗാദേവി

സ്ഥിരതയില്ലാത്ത ലോകത്തിലെന്തിനായ്
ചിരവിരഹി ഞാൻ മേലിലും കേഴണം?

മധുരചിന്തകൾ മാഞ്ഞു പോയീടവേ
മരണമാണിനി ജീവിച്ചിരിക്കുവാൻ;

ഇരുളിലാരുമറിയാതെയെത്ര നാൾ
കരളു നൊന്തു ഞാൻ കേഴുമനർഗ്ഗളം?

ഹൃദയമില്ലാത്ത ലോകമേ, യെന്തിനാ-
യതിനുകാരണം ചോദിപ്പൂ നീ സദാ?

പരസഹസ്രം രഹസ്യമുണ്ടെന്നുമെൻ-
പുറകിൽ നിന്നിദം വിങ്ങിക്കരയുവാൻ

സ്മരണയായിപ്പറന്നു വന്നെന്നുമെൻ-
മരണശയ്യയിൽ മാന്തളിർ ചാർത്തുവാൻ-

സമയമായി ഞാൻ നീളും നിഴലുകൾ
ക്ഷമയളന്നതാ നില്ക്കുന്നു നീളവേ!

    *   *   *   *

പവിഴരേഖയാൽ ചുറ്റുമനന്തമാം
ഗഗനസീമയിൽ, പ്രേമപ്പൊലിമയിൽ,

കതിർ വിരിച്ചു വിളങ്ങുമക്കാർത്തികാ
കനകതാരമുണ്ടെൻ കർമ്മസാക്ഷിയായ്

അവളപങ്കില ദൂരെയാണെങ്കിലു-
മരികിലുണ്ടെനിക്കെപ്പോഴും കൂട്ടിനായ്

കഠിനകാലം കദനമൊരല്പമാ-
ക്കവിളിണയിൽക്കലർത്താതിരിക്കണേ!

    *   *   *   *

പരിഭവത്തിൻ പരുഷപാഷാണകം
തുരുതുരെയായ്പ്പതിച്ചു തളർന്നൊരെൻ

ഹൃദയ മൺഭിത്തിഭേദിച്ചുതിരുമീ
രുധിരബിന്ദുക്കളോരോന്നുമൂഴിയിൽ

പ്രണയഗാനമെഴുതുന്ന തുലിക-
യ്ക്കുണർവിയറ്റുമോ?-യേറ്റാൽ ഫലിക്കുമോ?

നാളത്തെ പ്രഭാതം

നാളത്തെ പ്രഭാതമേ, നിൻ മുഖം ചുംബിക്കുവാൻ
നാളെത്രയായീ കാത്തുനില്പിതെന്നാശാപുഷ്പം!

നീളത്തിൽ നിന്നെക്കണ്ടു കൂകുവാനായിക്കണ്ഠ-
നാളത്തിൽ ത്രസിക്കുന്നുണ്ടെന്നന്ത്യസംഗീതകം!

പാടി ഞാനിന്നോളവും നിന്നപദാനം മാത്രം
വാടിയെൻ കരളെന്നും നിന്നഭാവത്താൽ മാത്രം!

ഗോപുരദ്വാരത്തിങ്കൽ നില്ക്കും നിന്നനവദ്യ-
നൂപുരക്വാണം കേട്ടെൻ കാതുകൾ കുളിർക്കുന്നു!

ബദ്ധമാം കവാടം ഞാൻ എന്നേക്കും തുറന്നാലും
മുഗ്ദ്ധ നീ മുന്നോട്ടെത്താനെന്തിനു ലജ്ജിക്കുന്നൂ!

അങ്ങു വന്നെതിരേല്ക്കാനാകാതെ ചുഴലവും
തിങ്ങുമിയിരുൾക്കുള്ളിൽ വീണു ഞാൻ വിലപിപ്പൂ!

തെല്ലൊരു വെളിച്ചമില്ലോമനേ യിതായെന്റെ
പുല്ലുമാടവും കത്തിച്ചെത്തുകയായീ ദാസൻ......!!

വിസ്മൃതമാകണം

മരണമേ! മമ സ്വാഗതം! ഭൂവിൻ മേ-
ലമരണമെന്നതാശിപ്പതില്ല ഞാൻ!

ധരണിയാമിരുൾക്കുണ്ടിൽ നിന്നെന്നേക്കും
ശരണമേകുക ശാശ്വതാനന്ദമേ!

*   *   *   *

കരിമുകിൽമാല മിന്നുമൊരംബര-
ത്തെരുവിലെങ്ങുമലയുമെൻ ചിത്തമേ!

മതി, മതി, തവ ചിന്തകളിക്കൊടും
ചിതയിൽ വീണങ്ങു വെണ്ണീറടിഞ്ഞല്ലോ!

വികൃതമാകുന്ന മൃണമയമീ ഗാത്രം
ചെറുകൃമികൾക്കുമാഹാരമാകട്ടെ!

നിരവധി നാളുകൊണ്ടു ഞാനാർജ്ജിച്ച
നിരുപമാനന്ദസ്വപ്നം തകർന്നുപോയ്!

മമപ്രണയലതിക തഴയ്ക്കുവാൻ
മരണശാഖിയിൽത്തന്നെ പടരണം!

കരൾ തകർന്നു ഞാൻ മണ്ണടിഞ്ഞാലൊരു
കരയിലപോലുമില്ല കരയുവാൻ

വിടപിയിലൊരു പത്രം കൊഴിയുകിൽ
വിടവവിടെയൊരല്പമുണ്ടാകുമോ?

കടലിനെന്തൊരു നഷ്ടമൊരു തിര
കരയൊടേറ്റു തകർന്നുപോയീടുകിൽ?

പുലരിതന്നുടെ പുഞ്ചിരിക്കൊഞ്ചലും
പുറകിലായെത്തും കണ്ണീർ പ്രവാഹവും,

വളരൊളി വാനിൽ വീശും കുളിർമതി
വിളറിയങ്ങു മറഞ്ഞുപോകുന്നതും;

ചിരസുകൃതഫലമാം തടില്ലത
ഒരു ഞൊടിയിൽ പിടഞ്ഞുവീഴുന്നതും

നിരവധി സുമരാജിയെത്തന്നുടെ
നിറകതിരാൽ വിടുർത്തിയ ഭാനുമാൻ

കരുണ തെല്ലുമിയലാതവകൾതൻ
മരണശയ്യ വിരിച്ചു പിരിവതും;

പ്രതിദിനം കണ്ടുപോരും പ്രകൃതിക്കെൻ
പ്രലപനങ്ങൾ വൃഥാവിലായ്ത്തോന്നിടാം.

അബലമാരുടെ ജന്മമനന്തമാ-
മവശതതന്നണിയറ തന്നെയാം;

മമ തനുവിന്റെ സൗഭാഗ്യം കണ്ടാദ്യം
മതിമറന്നെത്ര തോഷിച്ചതില്ല ഞാൻ!

കഠിന, മിക്കായകാന്തിയാം പിയൂഷം
കണവനുള്ളൊരു കാകോളമായെന്നോ!

പരിണയിക്കാനൊരുത്ത,നിവൾ പിന്നെ
പരപുരുഷന്നു പാവയായാടണം!

പ്രണയം എന്നുടെ ജീവിതസർവ്വസ്വം-
പണയമാക്കണം പോൽ, ഞാൻ പണത്തിനായ്!

ഇടപ്പള്ളി രാഘവൻപിള്ള
ഡോ. എം ഗംഗാദേവി

അനഘനിർമ്മല പ്രേമത്തിൻ മുമ്പില-
ക്കനകകുംഭങ്ങൾ പാഴ്ക്കരിക്കട്ടകൾ!

പുതുപരിഷ്കൃതികന്ദളമേശാത്ത
ചെറുകുടിലുകൾ, ചേണെഴും സൗധങ്ങൾ!

മധുപപാളി മരന്ദം നുകർന്നേറ്റം
മദതരളിതരായി മടങ്ങുമ്പോൾ,

ഉലകിൽ ദൗഷ്യമറിയാത്ത താരുകൾ
തല കുനിച്ചു കരഞ്ഞു കഴിയണം!

മഹിള ഞാനെന്റെ മാനം നശിപ്പിച്ചീ
മഹിയിൽ വാഴുവാനാശിപ്പതില്ലല്പം!

സതികൾ തന്നുടെ പാദം തുടർന്നിവൾ
പതിവ്രതയായിത്തന്നെ മരിച്ചിടാം!

*   *   *   *

ഇനിയുമുണ്ടൊരു ജന്മമെനിക്കെങ്കി-
ലിതൾ വിടരാത്ത പുഷ്പമായ്ത്തീരണം;

വിജനഭൂവികലെങ്ങാനതിൻ ജന്മം
വിഫലമാക്കീട്ടു വിസ്മൃതമാകണം!

ഇടപ്പള്ളിയും വിമർശകരും

ഇടപ്പള്ളിക്കവിതയെക്കുറിച്ചും ജീവിതത്തെക്കുറിച്ചും നടത്തിയി ട്ടുള്ള പഠനങ്ങളിൽ പ്രധാനപ്പെട്ട ചില ഉദ്ധരണികൾ കൂടി ചേർക്കുന്നു.

1. "അദ്ദേഹത്തിന്റെ ആത്മഗീതകങ്ങളിൽ നിന്നു സൂചിപ്പിക്കുന്നതിൻ വണ്ണം യൗവനത്തിൽ വന്ന ഏതോ നിരാശതയാലുള്ള വിഷാദമയ ങ്ങളായ ചിന്തകളാണ് ഈ കൊടും കൊല നടത്തിയതെന്നുഹി ക്കേണ്ടിയിരിക്കുന്നു. ആ നിരാശതയോ ഈയിടെയൊന്നും ഉണ്ടാ യതല്ല, അത് പല കൊല്ലങ്ങൾക്കുമുമ്പു തന്നെ ആവേശിച്ച് അദ്ദേ ഹത്തിന്റെ ഹൃദയത്തെ മരണത്തിലേക്ക് തെളിച്ചുകൊണ്ടു പോവു കയായിരുന്നു എന്നും ആ കാവ്യങ്ങൾ വിളിച്ചുപറയുന്നു."

   ആത്മഘാതകിയായ കവി - കുട്ടികൃഷ്ണമാരാർ (ഇടപ്പള്ളിക്കവിത. എഡി. കെ എ അസീസ് - കേരള ഭാഷാ ഇൻസ്റ്റിറ്റ്യൂട്ട്, തിരുവനന്ത പുരം - പുറം 4)

2. "നിരാശയുടെ നിഷ്കൃഷ്ടമായ അന്ധകാരത്തിൽ നിന്ന് അനശ്വര മായ പ്രേമത്തിന്റെ അപാരമായ പ്രകാശധോരണിയിലേക്ക് അത് ആനന്ദയാത്ര ചെയ്തു."

   നിന്നുപോയ മണിനാദം, മാധവൻ പിള്ള പി, കൊല്ലം (ഇടപ്പള്ളിക വിത, പു. 8)

3. "വാസ്തവത്തിൽ പല സംഗതികളിലും ഇടപ്പള്ളിക്ക് എഴുത്തച്ഛ നോടും ചങ്ങമ്പുഴയ്ക്ക് കുഞ്ചൻ നമ്പ്യാരോടുമാണ് സാദൃശ്യമുള്ളത്. സാകല്യപരമായ ഒരൊറ്റ അന്തരീക്ഷസൃഷ്ടിയിലുള്ള ഇടപ്പള്ളിയുടെ അസാധാരണപാടവത്തിന് സാകല്യപരമായ ഒരൊറ്റ രൂപസൃഷ്ടിയി ലുള്ള എഴുത്തച്ഛന്റെ അസാധാരണ പാടവത്തോട് സാദൃശ്യമുണ്ട്."

*മണിനാദം: അവതാരിക - ബാലകൃഷ്ണപിള്ള എ) (ഇടപ്പള്ളി
കവിത - പു. 42)*

4. "പ്രേമത്തിന്റെ ബാഷ്പവും, പ്രോമോത്കണ്ഠകളുടെ നെടുവീർപ്പും
പ്രേമസ്മിതത്തിന്റെ പ്രകാശവും, പ്രേമഭംഗത്തിന്റെ അന്ധകാരവും
മുഗ്ദ്ധ പ്രേമത്തിന്റെ മഴവില്ലും കൊണ്ടു തീർത്ത ഒരു നേർത്ത അന്ത
രീക്ഷത്തിൽ അവരുടെ ആത്മാവ് ഭാവന വിടർത്തി പാടിപ്പാടിപ്പൊ
ങ്ങി, പൊങ്ങിപ്പൊങ്ങിപ്പാടി."

ചങ്ങമ്പുഴയും ഇടപ്പള്ളിയും, ജി ശങ്കരക്കുറുപ്പ് - (ഇടപ്പള്ളിക്കവിത പു. 57)

5. "സ്വന്തം കലയെയും ജീവിതത്തെയും ഒരുപോലെ സ്വാധീനിച്ച ഈ
ഇച്ഛയാണ് ഇടപ്പള്ളിയുടെ കവിതയ്ക്ക് പീഡിപ്പിക്കുന്ന സൗന്ദര്യം
നല്കിയത്. ജീവിതത്തെ ഒരന്യ രാജ്യമായി, ദുഃഖകാരണമായി, ഭൂമി
യുടെ തിന്മമായി മാത്രം കണ്ടിരുന്ന ഇടപ്പള്ളി സ്വന്തം പീഡനാനുഭ
വങ്ങളിൽ നിന്നും സൗന്ദര്യം സൃഷ്ടിച്ചു."

*മരണത്തിന്റെ സൗന്ദര്യം, കെ പി അപ്പൻ (ഇടപ്പള്ളി കവിത - പു.
86)*

6. "ഉറക്കം നഷ്ടപ്പെട്ട നീണ്ട രാവുകളിൽ അദ്ദേഹം സ്വന്തം ഹൃദയ
ത്തിന്റെ വിജനതയിൽ മരണത്തെ കുടിയിരുത്തി. ജീവിതത്തിലെ
മരണത്തിന്റെ സ്ഥാനത്ത് അദ്ദേഹം ഒടുവിൽ മരണത്തിലെ ജീവി
തത്തെ തെരഞ്ഞെടുത്തു എന്നു പറയുന്നതാവും കൂടുതൽ ശരി."
വി രാജകൃഷ്ണൻ

മണിമുഴക്കത്തിന്റെ പൊരുൾ തേടി.' (ഇടപ്പള്ളി കവിത പു. 90)

7. *കരയുവാനായ് പിറന്നോരു കാമുകൻ - എസ് ഗുപ്തൻ നായർ (ഇ
ടപ്പള്ളിക്കവിത പുറം 99)*

8. "ദുർബ്ബലമായൊരു മനസ്സിന്റെ ഉടമയാകുന്നത് ഒരു കുറ്റമാണെന്ന
രീതിയിലുള്ള കാഴ്ചപ്പാടേ നമുക്ക് സ്വീകാര്യമല്ലാതാകുന്നുള്ളൂ. ആ
ദുർബ്ബലതയുടെ സുഷുപ്താവസ്ഥയിൽ നിന്നും സത്യദർശനപാട
വമിരുന്ന ചിത്രശലഭമായി പുറത്തുവരാൻ അതിന്റെ ഉടമക്കു കഴി
യും. ഇടപ്പള്ളിക്ക് അതിനു കഴിയാതെ പോയി എന്നതാണ് കവി
യെന്ന നിലയിൽ അദ്ദേഹത്തിന്റെ പരാജയം."

ഇടപ്പള്ളിയും ദാർശനിക പരിവേഷവും ജി. മധുസൂദനൻ പു 115.

9. "ആത്മഹത്യയ്ക്ക് മുമ്പ് രാഘവൻപിള്ള എഴുതിയ *മണിനാദം* വിശ്വ
സാഹിത്യത്തിൽ സ്ഥാനം പിടിക്കാവുന്ന ഒരു കവിതയാണ്."

*ഇടപ്പള്ളി പ്രസ്ഥാനം, പി കെ പരമേശ്വരൻ നായർ (ഇടപ്പള്ളി കവ
തി. പു. 74.*

10. "ഇടപ്പള്ളി മരണത്തിന്റെ കാമുകനായിരുന്നില്ല. ജീവിതരതിയുടെ
കവിയായിരുന്നു." ഇടപ്പള്ളി ആത്മഘാതകിയല്ല?!!!

പ്രൊഫ. പി മീരാക്കുട്ടി *(കലാപബോധത്തിന്റെ കനികൾ, ഇംപ്രിന്റ്
ബുക്സ് 1997, പു. 12)*

ഇടപ്പള്ളിയുടെ കൃതികൾ

തുഷാരഹാരം
നവസൗരഭം
ഹൃദയസ്മിതം
അവ്യക്തഗീതം
മണിനാദം

ഇടപ്പള്ളി പഠനങ്ങൾ (അപൂർണ്ണം)

1. ഇടപ്പള്ളിക്കവിത-സമ്പാദനവും പഠനവും കെ എ അസീസ്, കേരള ഭാഷാ ഇൻസ്റ്റിറ്റ്യൂട്ട് 1988
2. ഇടപ്പള്ളി സമ്പൂർണ്ണകൃതികൾ – ഇടപ്പള്ളി – മാതൃഭൂമി ബുക്സ് 2003
3. ഇടപ്പള്ളിയുടെ സമ്പൂർണ്ണകൃതികൾ – മെലിൻഡ ബുക്സ് – 2006.
4. രണ്ടു പ്രേമഗായകർ – എ പി ബി നായർ, മദിരാശി, ദക്ഷിണ ഭാഷാ ഗ്രന്ഥമണ്ഡലം, 1978.
5. ഇടപ്പള്ളി രാഘവൻപിള്ളയുടെ കവിത, രക്ഷാദാസ് ഡി, എൻ ബി എസ് കോട്ടയം, 1990.
6. മൃത്യുബോധം മലയാള കാല്പനിക കവിതയിൽ – കുര്യാസ് കുമ്പളക്കുഴി, ജീവൻ ബുക്സ്, ഭരണങ്ങാനം, 1988.
7. മലയാള കവിതാ സാഹിത്യചരിത്രം – ഡോ. എം ലീലാവതി, കേരള സാഹിത്യ അക്കാദമി, തൃശൂർ 1980.
8. രമണൻ – ചങ്ങമ്പുഴ കൃഷ്ണപിള്ള, മംഗളോദയം, തൃശൂർ 1937
9. ഇടപ്പള്ളി രാഘവൻപിള്ളയുടെ ജീവിതകഥ – പ്രഭാകരൻ ചങ്ങമ്പുഴ, എസ് പി സി എസ് കോട്ടയം, 1983.

10. പ്രണയവും മൃത്യുബോധവും മലയാള കവിതയിൽ - ആന്റണി മുനിയറ, കേരള സാഹിത്യ അക്കാദമി, തൃശൂർ, 1997.

11. കലാപബോധത്തിന്റെ കനികൾ - പ്രൊഫ. പി മീരാക്കുട്ടി ഇപ്രിന്റ് ബുക്സ് - കൊല്ലം 1997.

12. ചങ്ങമ്പുഴ കൃഷ്ണപിള്ള - നക്ഷത്രങ്ങളുടെ സ്നേഹഭാജനം - എം കെ സാനു, ഡി സി ബുക്സ്, കോട്ടയം 2004.

13. ചങ്ങമ്പുഴ എന്ന സർഗ്ഗവിസ്മയം - ചന്ദ്രികാ ശങ്കരനാരായണൻ - ഡി സി ബുക്സ്, കോട്ടയം, 1997

www.ingramcontent.com/pod-product-compliance
Lightning Source LLC
Chambersburg PA
CBHW051452140726
47987CB00006B/2666